D1680623

ஸர்மிளா ஸெய்யித் (பி.1982)

இலங்கையில் கிழக்கு மாகாணம் ஏறாவூரில் பிறந்தவர். சமூகப் பணித்துறையில் பட்டப்படிப்பையும், இதழியல், கல்வி முகாமைத்துவம், உளவியல் துறைகளிலும் பயின்றவர். பத்திரிகையாளராகப் பணியாற்றியவர். சமூகச் செயற்பாட்டாளர்.

இவரது முந்திய படைப்புகள், *"சிறகு முளைத்த பெண்"* (கவிதைகள் 2012), *"உம்மத்"* (நாவல் 2013), *"ஒவ்வா"* (கவிதைகள் 2014), *"பணிக்கர் பேத்தி"* (நாவல் 2018), *"உயிர்த்த ஞாயிறு"* (அனுபவம் 2021).

மின்னஞ்சல்: sharmilaseyyid@yahoo.com

எங்கள் விருப்பத்திற்கு எதிராக

ஸர்மிளா ஸெய்யித்

எதிர் வெளியீடு

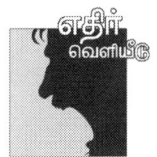

எங்கள் விருப்பத்திற்கு எதிராக
ஸர்மிளா ஸெய்யித்

முதல் பதிப்பு: ஜனவரி 2022

எதிர் வெளியீடு,
96, நியூ ஸ்கீம் ரோடு, பொள்ளாச்சி - 642 002
தொலைபேசி: 04259 - 226012, 99425 11302

விலை: ரூ. 150

மெய்ப்புத் திருத்தம்: மே.கா. கிட்டு

Engal Virupathirkku Ethiraka
Sharmila Seyyid

First Edition: January 2022

Published by
Ethir Veliyeedu, 96, New Scheme Road. Pollachi - 2
email: ethirveliyedu@gmail.com
www.ethirveliyedu.in

ISBN: 978-93-90811-59-5
Cover Design: Santhosh Narayanan
Printed at Jothy Enterprises, Chennai.

Copyright © Sharmila Seyyid

All rights reserved. No part of this book may be reprinted or reproduced or utilised in any form or by any electronic, mechanical or other means, now known or hereafter invented, including Photocopying and recording, or in any information storage or retrieval system, without permission in writing from the Publisher.

பொருளடக்கம்

கூட்டுத் தீபங்களின் கால வெளிச்சம் | 07

மரங்களின் தாய் | 13

உருவப்படங்களை ஏந்திப் பேரணி வரும் அலை | 25

இருளின் பிரகாசம் | 31

எங்கள் விருப்பத்திற்கு எதிராக | 40

மதங்களின் அரசியலும் பெண் கவிதைகளும் | 60

பிசாசை மீண்டும் நரகத்திற்கு ஜெபித்தார்கள் | 70

குமிழி | 79

பிரச்சினையா, தீர்வா? | 84

பாலுறுப்புகளைத் தீண்டா புனித கரங்கள் | 88

படுக்கையறைக்கு அப்பால் | 94

இரு முனைகள் கொண்ட வாள் | 102

பாலின அடையாளங்களில் என்ன முரண் | 110

கூட்டுத் தீபங்களின் கால வெளிச்சம்

மூன்று தசாப்தங்களுக்கும் மேலாக இடம்பெற்ற உள்நாட்டுப் போர் அனைத்து வயதினரையும், அனைத்து இனங்களையும், அனைத்து சமூக வர்க்கங்களையும் கொண்ட இலங்கையர்களின் வாழ்க்கையைத் தொட்டே முடிவுக்குவந்தது. தந்தைகள், மகன்கள், மகள்கள், மனைவிகள் என யாவரும் கொல்லப்பட்டனர். படு மோசமாகக் காயமடைந்தனர். போரில் தப்பிய ஆயிரக்கணக்கானோர் உடலிலும் மனதிலும் போரின் வடுக்களுடன் வாழ்நாள் முழுவதும் வாழ வேண்டிய கட்டாயம் ஏற்பட்டது.

ஆயினும்கூட, நம்மில் பலருக்கு, போர் என்பது தொலைக்காட்சித் திரையொன்றில் உலகின் தொலைதூரப் பகுதிகளில் சண்டையிடுவதைப் பற்றிய ஒரு பத்திரிகையாளரின் அறிக்கை மூலம் ஒளிபரப்பாகும் ஒரு நிகழ்வாகவேயுள்ளது. எங்கள் குடும்ப அறையில் நெருங்கிய ஒருவரின் உணர்ச்சி அனுபவம் போர்க்கால நினைவுகளின் முழு சேகரமாக இருக்கலாம். ஆனால் புகைப்படங்கள், சீரான பேட்ஜ்கள், பதக்கங்கள், நாற்குறிப்பேடுகள் போன்ற உருப்படிகள் கூட தெளிவற்றதாகவும் அவற்றின் உரிமையாளரின் வாழ்க்கையுடன் தொடர்பில்லாததாகவும் தோன்றலாம். ஆம், சமாதான காலத்தில் பிறந்தவர்களுக்கு அல்லது போரின் எந்த வாடையையும் நுகர்ந்தில்லாதவர்களுக்கு போர் என்பது அன்றாட வாழ்க்கையிலிருந்து வெகு தொலைவில் இருப்பது.

போரின் வெற்றியை மட்டுமே கொண்டாடும் ஒரு நாட்டில் நாங்கள் வாழ்கிறோம். இங்கே, வெகுஜன குற்றங்களைச் செய்தவர்கள் தண்டிக்கப்படுவதில்லை. அவர்கள் தெருக்களில் சுதந்திரமாகவும் கம்பீரமாகவும் நடப்பதற்கு அனுமதிக்கப்படுகிறார்கள். அவர்கள்தான் இன்று அதிகார நாற்காலிகளில் அமர்ந்து நாட்டிற்கான சட்டங்களை உருவாக்கும் துரதிர்ஷ்டத்தைக் கொண்டிருக்கிறார்கள்.

போரினால் பாதிக்கப்பட்ட இந்த நாடு நீதியை மீட்டெடுக்கும் கருப்பொருளை எட்ட முடியாத பாதாளத்திற்குத் தள்ளப்பட்டுள்ளது.

கொடூரமான குற்றங்களால் பாதிக்கப்பட்டவர்களுக்கான நீதியை மீட்டெடுப்பதில் நான்கு அத்தியாவசிய கூறுகள் இருப்பதாக பொதுவாக நம்பப்படுகிறது:

1. குற்றத்தை ஒப்புக் கொள்ளுதல்

2. குற்றத்திற்கு வழிவகுத்த செயல்களைக் கண்டித்தல்

3. உயிர் பிழைத்தவர்களுக்கு இழப்பீடு வழங்குதல்

4. நினைவுகூரல், என்ன நடந்தது என்பதை நினைவுபடுத்துதல். இதனால் செயல்கள் மீண்டும் நிகழாது.

என்ன நடந்தது என்பதை ஒப்புக்கொள்வது மக்களுக்கு - தனிநபர்களுக்கும் நாடுகளுக்கும் - கடந்த காலத்துடன் இணங்க உதவக்கூடியது மட்டுமல்ல, சமூக, அரசியல், பொருளாதார ரீதியாக முன்னேற உதவக்கூடியது. ஒப்புதல் என்பது ஒரு நாட்டின் முறையான மன்னிப்பு. குற்றத்தை ஒப்புக்கொண்டால் மட்டுந்தான் ஓர் அரசினால் மன்னிப்புக் கோர முடியும். நிறவெறி சகாப்தத்திற்குப் பிறகு தென்னாப்பிரிக்காவிலும், மொராக்கோ, சிலி, அர்ஜென்டினாவிலும், முன்னாள் யூகோஸ்லாவியாவிலும் நடந்த அட்டூழியங்களுக்கான பொறுப்பை ஏற்றுக்கொள்வதற்கான பொறிமுறை சாதகமாக அமைவதற்கு உண்மையறிதலும் மற்றும் நல்லிணக்க செயல்முறைகளும் பெரிதும் உதவின.

அநீதிகள் ஒப்புக் கொள்ளப்படாவிட்டால் அவற்றைத் தீர்க்க முடியாது. ரோமா மக்களின் துன்பம் ஒப்புக்கொள்ளப் படவில்லை. அப்படியானால், ஐரோப்பா முழுவதிலும் உள்ள அரசாங்கங்கள் நினைவுகளை இன்னும் பச்சையாகக் கொண்ட மக்களுக்கு உதவ வலுவான நடவடிக்கைகளை எடுக்கக்கூடும்; அவர்களுக்கு எதிரான தொடர்ச்சியான பாகுபாடுகளைத் தடுக்க அவர்கள் இன்னும் அதிகமாகச் செயல்புரிய வேண்டும்.

குற்றத்தை ஒப்புக்கொள்வதற்கான பொறுப்புக்கூறல் நிலையை இலங்கையில் இன்னும் காண்பதற்கில்லை. மாறி மாறி ஆட்சியில் இருந்த சிங்களப் பேரினவாத அரசாங்கங்கள் தம் பங்கிற்கு செய்த தவறுகளையும் குற்றங்களையும் ஒப்புக் கொள்ளும் நிலையில் இன்னும் இல்லை. போர் முடிவுக்குக் கொண்டுவரப்பட்டதாகக் கூறப்படும் கடந்த 12 ஆண்டுகள் காலத்தில் குற்றங்களை நியாயப்படுத்துவதற்கான காரணங்களையும் நிகழ்ச்சிகளையும் யதார்த்தத்திற்குப் புறம்பாகச் சோடிப்பதிலும் விவாதிப்பதிலுமே இலங்கை அரசாங்கங்கள் கவனஞ்செலுத்தியிருந்தன.

குற்றங்களை ஆராய்ந்தறிய ஒரு முழு விசாரணை தேவை. அவை பொறுப்புமிக்கவர்களால் கண்டனம் செய்யப்பட்டு விசாரணைக்கு கொண்டுவரப்பட வேண்டும். இறுதிப் போரில் சரணடைந்தவர்கள், போரின் போது காணாமலாக்கப்பட்டவர்கள் குறித்த எந்தவொரு தகவலையும் அரசாங்கத்தால் இன்னும் நியாயமான முறையில் முன்வைக்க முடியவில்லை. நிகழ்கால அரசாங்கம் பெயருக்கேனும் இருந்த உண்மையறியும் விசாரணை ஆணைக்குழுக்களையும் இல்லாமல் செய்துவிட்டது. காணாமலாக்கப்பட்டவர்களின் குடும்பங்களிடமிருந்து தகவலறிந்து விசாரிக்கும் செயன்முறைகளின் கதவுகளும் சாத்தப்பட்டுள்ளன.

நீதியை மறுசீரமைப்பதற்கான முக்கியமான கூறுகளில் இழப்பீடு என்பது தவிர்க்க முடியாத ஒரு படிமுறை. இழப்பீடு என்று இங்குக் குறிப்பிடப்படுவது, "போர் வீரர்கள்" என்று புகழப்படும் சிங்களப் படைகளுக்கு மட்டுமானதில்லை. பாதிக்கப்பட்ட அனைத்து தரப்பினருக்குமான இழப்பீடு! ஆனால் இன்றும் பாதிக்கப்பட்ட மக்களில் ஒரு பகுதியினர்

முகாம்களில் வசித்து வருகின்றனர். இராணுவம் மக்களின் நிலங்களை ஆக்கிரமித்துள்ளது. போரில் சிக்குண்டு உடல் சிதைந்த மக்கள் இன்னமும் மீளமுடியாத துன்பத்தில் உள்ளனர்.

ஒப்புதல், கண்டனம், இழப்பீடு, நினைவூட்டல் இவை எதுவுமே இல்லாத, அநீதி, வெகுஜன மனித உரிமை மீறல்களின் நினைவகம் நடவடிக்கைகளை நியாயப்படுத்தப் பயன்படும். தேசிய அரசியல் நிகழ்ச்சி நிரல்களின் நோக்கத்திற்காக கூட்டு நினைவுகூரல்களைக் கையாளுவது கிழக்கிலும் வடக்கு முழுவதும் கடுமையான அச்சுறுத்தலான நடவடிக்கையாக உள்ளது.

நீதியின் மறுசீரமைப்புக்கான முழு கட்டமைப்பும் சிதைந்திருக்கும் சூழலில், சமூகங்களை இணைக்க முயற்சிப்பதற்கும், நிகழ்ந்த தீங்குகளைச் சரிசெய்வதிலும் கவனம் செலுத்துவதற்கும் நிர்ப்பந்திக்கப்பட்டுள்ளோம்.

போரையும், அதன் வடுக்களையும் நினைவுகூர்வது நீதியின் மறுசீரமைப்பு நிகழ்ச்சி நிரலை உயிர்ப்பிப்பதற்கான ஒரு செயன்முறை. நினைவுகூருவதன் மூலம் மட்டுமே வரலாற்றைக் காப்பாற்ற முடியும். நினைவூட்டுவதன் மூலம் காயங்களை குணப்படுத்த முடியும். நிலத்துக்காகவும், வீடுகளுக்காகவும், குடும்பங்கள், நண்பர்களுக்காகவும், அவர்கள் வளர்த்துக் கொண்ட மரபுகளின் தொகுப்பிற்காகவும், அவர்கள் நம்பிய எதிர்காலத்திற்காகவும் இறந்த தோழர்களை நினைவில் ஏந்தியிருப்பதை யாரும் தடுப்பதற்கு அனுமதிக்க முடியாது. புல்டோசர்களால் முழுவதும் தோண்டியெறிந்து அழித்தாலும், அந்த சிதைகளின் பொருள் நமது கூட்டு தேசிய நனவில் உள்ளது.

நினைவுகூருவதற்கும் மனித உரிமைகளுக்கும் இடையிலான தொடர்பு காலப்போக்கில் பின்னோக்கியும் முன்னோக்கியும் நீட்டிக்கப்பட வேண்டும். மனித நடவடிக்கை அல்லது செயலற்ற தன்மை மூலம் கொண்டுவரப்பட்ட பயங்கரமான நிகழ்வுகள் கடந்த காலங்களில் அழிந்துபோன அல்லது வேறுவிதமாக பாதிக்கப்பட்டவர்களுக்கு மரியாதை செலுத்துவதற்கான அடையாளமாக ஓரளவு நினைவில் வைக்கப்பட வேண்டும். ஆயினும், நினைவுகூரலின்

முன்னோக்கு அம்சத்திற்குச் சமமாக முக்கியமான ஒரு விடயம், நினைவுகூரல் என்பது சொந்தத் தவறுகளையும் குற்றங்களையும் அங்கீகரிக்க வேண்டியதன் அவசியத்தை உள்ளடக்கியது என்பதை உணர்வது. பயங்கரமான வன்முறை நிகழ்ச்சிகளை ஏற்படுத்துவதில் நமது சொந்த பங்கை உணர்வது பெரும்பாலும் புறக்கணிக்கப்படுகின்றது. இந்தப் புறந்தள்ளும் மனநிலையுடன் மேற்கொள்ளும் நினைவுகூரலுக்கு எந்தப் பொருளும் இருக்கமுடியாது. நினைவுகூரலின் தொடர்ச்சியான படிமுறைகளின்போது பாதிக்கப்பட்டவர்களும், பாதிப்பை உண்டாக்கிய தரப்பினரும் தத்தம் கறைகளை மெல்லப் போக்கிக் கொள்வதற்கான ஒரு உணர்வுப்பாலம் சமைக்கப்படுவது அவசியம்.

இலங்கையில், உள்நாட்டுப் போருக்குப் பின்னரான உத்தியோகபூர்வ நினைவுகூரல் பொதுவாக அரசாங்கங்களால் ஒருதலைப்பட்சமாகவே ஒழுங்கமைக்கப்படுகிறது. கடந்த காலத் தவறுகளை ஒப்புக்கொள்ளவோ அல்லது மனித உரிமைகள் அடிப்படையில் கடுமையான விளைவுகளை ஏற்படுத்திய செயல்களின் பாதிப்புக்களுக்கு உணர்வுபூர்வமான ஆற்றுப்படுத்தல்களையோ மேற்கொள்வதற்கு அரசாங்கங்கள் எப்போதும் தயாராக இல்லை. அரசாங்கங்கள் தங்களது சொந்த வெற்றிகளையும், பாதிக்கப்பட்டவர்களாகத் தங்கள் சொந்த இனத்தவர்களையுமே நினைவில் வைத்திருக்கின்றன. பிற இனத்தவர்களும் பாதிக்கப்பட்டார்கள் என்பதை அரிதாகவே ஒப்புக்கொள்கின்றன. இது ஆகப்பெரிய சாபக்கேடு. நாட்டு மக்கள் அனைவரையும் தனது மக்கள் என்று கருதாத ஒரு அரசாங்கத்திடம் நாம் நீதி மறுசீரமைப்பையும் பொறுப்புக்கூறலையும் எதிர்பார்க்கிறோம்.

எதிர்காலத்தில் மனித உரிமை மீறல்களைத் தவிர்ப்பதற்காக நினைவுகூருவதாக இருந்தால், நம்மைத் திரும்பிப் பார்ப்பது குறித்து நாம் நேர்மையாக இருக்க வேண்டும்! மனித உரிமை மீறல்களைக் கொண்டுவரக்கூடிய உத்தியோகபூர்வ கொள்கைகளின் விளைவுகள் குறித்து நாம் விழிப்புடன் இருக்க வேண்டும். கடந்த காலத்தில் நாம் செய்த தவறுகளை ஒப்புக் கொள்ள வேண்டும், இப்போது நாம் செய்கிறவற்றைக்

கவனிக்க வேண்டும். அப்போதுதான் நாம் கற்றுக்கொள்ளத் தொடங்குகிறோம்.

கென்ய எழுத்தாளரும் கல்வியியலாளருமான நுகூகி வா தியாங்கோ *(Ngugi wa Thiong'o)* "நினைவாற்றல் இல்லாத மக்கள் தங்கள் ஆன்மாவை இழக்கும் அபாயத்தில் உள்ளனர்" என்கிறார். அவர் கருத்துடன் முழுவதும் உடன்படுகிறேன். நமக்கு என்ன நேர்ந்தது என்பதையும், நாம் யார் என்பதையும் மறந்து, காலத்தால் நினைவுபடுத்திக் கொண்டேயிருக்கவேண்டிய ஒரு நிகழ்வை மறந்து வாழ்கின்ற சமூகம் அடையாளமற்றது. கடந்த காலத்தை மறந்தவர்களின் நிகழ்காலம் மட்டுமல்ல, எதிர்காலமும் இருண்டுவிடும். கூட்டுத் தீபங்களால் காலத்தின் வெளிச்சத்தை எதிர்காலத்திடம் கையளிப்பது ஒவ்வொரிவரினதும் உரிமையும் பொறுப்பும்.

18 மே 2021

மாற்றம் இணைய இதழ்

மரங்களின் தாய்

நூற்று முப்பது ஆண்டுகளுக்கு முன்னர் ஆப்பிரிக்காவின் வரைபடத்தின் ஒவ்வொரு பகுதியையும் ஒரு மகத்தான பீட்சாவைப் பகிர்ந்து கொள்வதுபோலப் பலம்வாய்ந்த ஐரோப்பிய நாடுகளான பிரான்ஸ், ஜெர்மனி, பிரிட்டன் பகிர்ந்து கொண்டன. கென்யா என்ற பிரமாண்டமான, இயற்கை வளங்களினால் ஆடம்பரமான நாடு பிரிட்டனின் கைகளில் அகப்பட்டது.

ஆப்பிரிக்காவில் கென்யா என்கின்ற ஒரு நாடு வரைபடத்தில் இருப்பதை உலகுக்கே வெளிச்சம்போட்டு அறிவித்தது பிரிட்டனோ, காலனிய சக்திகளோ அல்ல. ஒரு பெண். தன்னில் அவ்வளவு உறுதியான நம்பிக்கை கொண்டிருந்த ஒரு மனுஷி. இயற்கையையும் மக்களையும் தனதிரு கண்களாக நேசித்த வங்காரி மாத்தாய் வழியாகத்தான் உலகு கென்யாவைத் திரும்பிப் பார்த்தது. ஒடுக்குமுறைக்குள்ளாகியிருந்த ஒரு நாட்டில் கல்விப் புலமோ வேறெந்த செல்வாக்குகளோ இல்லாத சிறு கிராமத்தில் பிறந்து தனது திறமையினாலும் சரியான சந்தர்ப்பங்களில் துணிவாக தான் மேற்கொண்ட தீர்மானங்கள் முடிவுகளினாலும் மட்டுமே தன்னை உயர்த்திக் கொண்ட பெண் வங்காரி.

கிரீன் பெல்ட் இயக்கத்தின் நிறுவனராக வெறுமனே மரக்கன்றுகள் வளர்த்துக் கொண்டிருந்த வங்காரி மாத்தாயை நோபல் பரிசு மேடை வரையும் அழைத்துச் சென்ற அந்தப் பயணம் மரங்களைப் போல் பசுமையானதாக இருக்கவில்லை. நீண்ட கடுமையான போராட்டத்திற்குக் கிடைத்த ஆகச்

சிறந்த பரிசும் அங்கீகாரமுமே 2004 ஆம் வருடம் வங்காரி மாத்தாய்க்குக் கிடைத்த நோபல் பரிசு.

மக்களாட்சி, மனித உரிமைகள், சுற்றுப்புறச்சூழல் பாதுகாப்பு ஆகியவற்றிற்கான தனது போராட்டங்களால் சர்வதேச அளவில் அங்கீகரிக்கப்பட்டவர், பேராசிரியர் வங்காரி. பல அமைப்புகளின் குழுவில் பணியாற்றினார். ஐ.நா.சபையில் பல சந்தர்ப்பங்களில் உரையாற்றியவர். பூமி உச்சிமாநாட்டின் (Earth Summit) ஐந்தாண்டு மதிப்பாய்வின் போது பொதுச் சபையின் சிறப்பு அமர்வுகளில் பெண்கள் சார்பாகப் பேசினார். உலகளாவிய ஆளுகை ஆணையத்திலும் (Commission for Global Governance) எதிர்கால ஆணையத்திலும் (Commission on the Future) பணியாற்றினார். அவருக்குக் கிடைத்த பட்டங்கள், கௌரவங்கள் எண்ணிலடங்காதவை.

ஒரு சாதாரண பெண் எப்படி இவ்வளவு பெரிய செல்வாக்குமிக்க இடங்களைப் பிடித்தார்? இந்தப் பெண்ணினால் கென்யாவில் ஆட்சிகள் மாறின. அதிகார வர்க்கம் பயந்து நடுங்கியது. அரசியல் மேடைகளில் இவரே பேசுபொருளாக இருந்தார். அடங்காதவள், திமிர்பிடித்தவள், பைத்தியக்காரி என்றே இவரை மேடைகளில் அரசியல்வாதிகளும், அதிகார வர்க்கமும் கூவியது. அன்றைய ஊடகங்கள் இந்தப் பட்டப் பெயர்களைக் கொண்டு தலைப்புச் செய்திகளை வெளியிட்டன.

உலக வரைபடத்தை கடல்களும், மலைகளும் எல்லைகளும் பிரித்துக் கொண்டிருந்தாலும் பெண்களின் சவால்களை எதனாலும் பிரித்துக்காட்ட முடியாது. உலகெங்கிலும் வாழும் பெண்கள் அடக்குமுறைகளையும், அவமானங்களையும் எதிர்கொண்டு தாண்டியே தங்களை நிரூபிக்கிறார்கள்.

சுற்றுப்புறச் சூழல் நடவடிக்கைகளில் ஆர்வம் உண்டான போது எனது சுய தேடல்களினால் அறியப்பட்டவர் தான் வங்காரி மாத்தாய். ஆத்மாவுக்கு மிகவும் நெருக்கமான ஒரு தோழியைப் போல கென்யாவில் பிறந்த ஒவ்வொரு பெண்ணுக்குள்ளும் புகுந்து இந்தப் பெண் அவர்களை வழிநடத்தினாரா என்று ஆச்சரியப்படாதிருக்க முடியாது. வங்காரி மாத்தாயின் நேர்காணல்கள் அவர் எழுதிய புத்தகங்கள் என்று தேடித் தேடி உள்ளும் புறமுமாக அறிய முற்படுகின்ற யாரும், இவர் தான்

இந்த நூற்றாண்டின் அதி சிறந்த பெண் என்ற முடிவுக்கு சிறு சஞ்சலமும் இல்லாமல் வந்துவிடமுடியும்.

தாய்ப்பாலைச் சுவைப்பதற்கு முன்னதாக பூமியின் கனிகளிலிருந்து பானங்களை ருசித்தவர் வங்காரி. கென்யாவின் நெய்ரி என்ற சிறு கிராமமொன்றில் ஏப்ரல் 1, 1940 இல் ஒரு குழந்தை பிறந்தது. குழந்தை பிறந்தவுடன் மூன்று பெண்கள் பரிசுகளுடன் வந்தார்கள். ஒருவர் இனிப்பு உருளைக்கிழங்கை சுமந்து கொண்டிருந்தார். இரண்டாவது பெண் கரும்பைப் பரிசாகக் கொண்டுவந்திருந்தார். மூன்றாவது பெண் இனிப்பு சோளத்தை கொண்டு வந்தார். புதிய தாய் இவையெல்லாவற்றிலிருந்தும் சாறு எடுத்து புதிதாகப் பிறந்த குழந்தையின் வாயில் சொட்டினார். இயற்கைத் தாயின் பானங்களை முதன் முதலாக ருசித்த அந்தக் குழந்தைக்கு ஆப்பிரிக்க தெய்வத்தின் வங்காரி என்ற பெயர் சூட்டினார்கள் பெற்றோர்.

பள்ளிகள் இல்லாத கிராமத்திலிருக்கும் பிள்ளைகளையும் மனைவியையும் வங்காரியின் தகப்பனார் வேறு ஊருக்கு அனுப்பிவைக்கிறார். அப்போதைய வழக்கத்தின்படி அவரது நோக்கம் மகன்களை மட்டும் பள்ளிக்கு அனுப்புவதே.

அவர்கள் தனது புதிய கிராமத்திற்கு வந்ததும் வங்காரி அகன்ற கண்களை வெறித்துப் பார்த்தாள். கிராமத்தை சுற்றிலும் அவள் பார்த்தவை எல்லாம் மிக அழகான காடுகள். பாட்டி அவளைக் கட்டிப்பிடித்துச் சொன்னாள், "வங்காரி, வெளியே சென்று மழையில் விளையாடு, நீயும் மரங்களைப் போல உயரமாக வளர்வாய்."

தனது சகோதரர்கள் பள்ளிக்குச் செல்ல வங்காரி வீட்டு வேலைகளில் ஈடுபடுத்தப்பட்டாள். வங்காரிக்கு ஏழு வயதுதான் ஆனால் அவள் கடுமையாக உழைக்க வேண்டியிருந்தது. விதைகளை நட்டு, தங்கையையும் சகோதரனையும் கவனித்து, துணிகளைக் கழுவி, உணவைச் சமைத்து இவற்றுடன் காட்டிற்குச் சென்று விறகு கொண்டும் வந்தாள். "ஒருபோதும் அத்திமரத்திலிருந்து விறகு எடுக்கக்கூடாது" என்று உறுதி மொழி பெறும் தாயிடம் அதற்கான காரணத்தை வங்காரி கேட்கிறாள். ஏனெனில் அது கடவுளின் மரம் என்று தாய் பதிலளித்தாள்.

விறகு எடுப்பதற்காக இல்லை என்றாலும், வங்காரி அடிக்கடி அத்திமரத்தின் அருகே விளையாடினாள். அத்திமரத்தைச் சுற்றிப் புதிய நீர் குமிழ்ந்து, சிறிய தவளைகள் சுற்றிக் கொண்டிருந்தன. வங்காரி காட்டை நேசித்தாள். மரங்களை நேசித்தாள். ஒவ்வொரு கிளைகளையும் இலைகளையும் நேசித்தாள். மரங்களையும் காட்டிலும் மரங்களிலும் வாழும் பறவைகள் விலங்குகள் பற்றியதுமான வங்காரியின் தேடல் இங்கேயே தொடங்கிவிடுகின்றது.

இந்த நேரத்தில், கென்யா இன்னும் பிரிட்டிஷ் காலனியாக இருந்தது. பெண்கள் கல்வி கற்பது வழக்கத்திற்கு மாறாக இருந்த இக்காலத்தில் வங்காரியின் குடும்பத்தினர் அவரைப் பள்ளிக்கு அனுப்ப முடிவு செய்தனர். “வங்காரி ஏன் பள்ளிக்குச் செல்வதில்லை” என்று வங்காரியின் சகோதரன் எழுப்பிய ஒரேயொரு கேள்வியினால் வங்காரியின் வாழ்வில் அந்தத் திருப்பம் நிகழ்கிறது. 8 வயதாக இருந்தபோது உள்ளூர் ஆரம்பப் பள்ளியில் தனது கல்விப் பயணத்தை வங்காரி தொடங்கினார்.

கென்யாவில் புரட்சி தொடங்கியிருந்த காலம். பல்லாண்டுகளாகத் தொடரும் நியாயமற்ற காலனிய ஆட்சியை எதிர்த்து கென்ய மக்கள் இரண்டாம் உலகப் போரில் தைரியமாகப் போராடத் தொடங்கிவிட்டிருந்தார்கள். பிரிட்டிஷ் அதிகார வர்க்கத்திடம் தங்கள் பண்ணைகளை எல்லாம் இழந்து இறுதி வைக்கோலுக்காகப் போராடிக் கொண்டிருந்த காலத்தில் வங்காரி பள்ளிக் கல்வியை முடித்துவிட்டிருந்தார்.

பள்ளியில் புத்திசாலி மாணவியாகத் திகழ்ந்த வங்காரி, முதல் மதிப்பெண்களைப் பெற்று தேர்வுகளில் சித்தியடைந்தபோது, அவளொரு ஆசிரியராகவோ, செவிலியராகவோ வரலாம் என்று ஆலோசனை அளிக்கும் நண்பர்கள் வங்காரியின் பதிலைக் கேட்டுத் திகைத்துப் போகிறார்கள்.

“நான் தொடர்ந்து படிப்பேன். இயற்கையைப் பற்றி தெரிந்து கொள்ள வேண்டிய அனைத்தையும் நான் கற்றுக்கொள்ள விரும்புகிறேன் - காடுகள், விலங்குகள், பறவைகள் அனைத்தைப் பற்றியும்.”

"பொறுப்பற்ற விதமாகப் பேசவேண்டாம். நீ ஓர் ஆண் இல்லை" என்ற பதில் வங்காரிக்குக் கிடைக்கிறது. நாம் காலங்காலமாகக் கேட்டுப் பழகிய அதே பதில். ஒரு பெண்ணுக்கு பாதுகாப்பான சௌகரியமான தொழில் என்று முடிவு செய்து வைத்திருக்கும் சமூகக் கட்டமைப்பு ஆப்பிரிக்கா, ஆசியா என்று எல்லாக் கண்டங்களுக்குமான பொதுத்தன்மையுடனே இருக்கின்றது.

கிழக்கு ஆப்பிரிக்க காலனித்துவத்தின் முடிவு நெருங்கியவுடன், டாம் ம்போயா போன்ற கென்ய அரசியல்வாதிகள் மேற்கத்திய நாடுகளில் மாணவர்களுக்குக் கல்வி கிடைப்பதற்கான வாய்ப்புகளை உறுதிசெய்யும் வாக்குறுதிகளை முன்வைத்தனர். அப்பொழுது அமெரிக்காவின் செனட்டராக இருந்தவர் ஜான் எஃப். கென்னடி. இவர், ஜோசப் பி. கென்னடி ஜூனியர் அறக்கட்டளை (Joseph P. Kennedy Jr. Foundation) மூலம் அத்தகைய திட்டத்திற்கு நிதியளிக்க ஒப்புக் கொண்டார். கென்னடி ஏர்லிஃப்ட் அல்லது ஏர்லிஃப்ட் ஆப்பிரிக்கா (Kennedy Airlift or Airlift Africa) என்று அறியப்பட்டதைத் தொடங்கினார். செப்டம்பர் 1960 இல் அமெரிக்காவில் படிப்பதற்காக 300 கென்ய மாணவர்கள் தேர்ந்தெடுக்கப்பட்டார்கள்.

ஒரு சிறந்த மாணவிக்குக் கிடைக்கவேண்டிய அங்கீகாரம் வங்காரிக்குக் கிடைத்தது. 1960இல் அமெரிக்காவில் கல்லூரிக்குச் செல்லத் தெரிவான 300 கென்ய மாணவர்களில் ஒருவராக வங்காரியும் உதவித்தொகை பெற்றார். அங்கு அவர் கன்சாஸில், அட்சீசனில் உள்ள மவுண்ட் செயின்ட் ஸ்கொலஸ்டிகா கல்லூரியில் பயின்று 1964 இல் உயிரியலில் இளங்கலைப் பட்டம் பெற்றார். இரண்டு ஆண்டுகளுக்குப் பிறகு, பிட்ஸ்பர்க் பல்கலைக்கழகத்தில் உயிரியல் அறிவியலில் முதுகலைப் பட்டம் பெற்றார். அக்காலத்தில் அமெரிக்காவில் நடைபெற்ற சிவில் உரிமைகள், வியட்நாம் போர் எதிர்ப்பு இயக்கங்களால் உத்வேகம் பெற்று, மார்ட்டின் லூதர் கிங் நடத்திய போராட்டங்களால் பெரிதும் ஈர்க்கப்படுகிறார்.

1971 ஆம் ஆண்டில், மத்திய கிழக்கு ஆப்பிரிக்காவில் பி.எச். டி பெற்ற முதல் பெண்மணி என்ற பெருமைக்குரியவராகிறார் வங்காரி. அவரது முனைவர் பட்டம் உயிரியல் அறிவியல்

துறை தொடர்புபட்டது. நைரோபி பல்கலைக்கழகத்தில் பேராசிரியராகப் பணியில் சேர்ந்தார். அப்பல்கலைக்கழகத்தின் முதல் பெண் பேராசிரியர் இவர்தான். வங்காரி மாத்தாயின் கல்விப் பரப்பு விரிவடைய அடைய அவருக்கு கென்ய மக்கள் மீதான நேசமும் அதிகரித்தது. ஆப்பிரிக்க வீட்டை வலுவாக மனதில் இருத்திக் கொள்கிறார். அவர் எவ்வளவுக்குக் கற்றுக் கொண்டாரோ அவ்வளவுக்கு கென்யா மக்களைத் தான் நேசிப்பதை உள்ளுணர்ந்தார். கென்ய மக்கள் மகிழ்ச்சியாகவும் சுதந்திரமாகவும் வாழ வேண்டும் என்ற அவரது விருப்பம் பெருகியது.

படிப்பை முடித்து கென்யாவுக்குத் திரும்பும் வங்காரி கடுமையான ஏமாற்றம் அடைகிறார். அவருடைய நாடு முன்பு அவர் பார்த்தது போலில்லை. நாட்டைப் பெரும் முதலாளிகள் ஆக்கிரமித்துவிட்டிருக்கிறார்கள். காலனிய ஆட்சியிலிருந்து விடுதலை பெற்ற மக்களால் இந்த முதலாளிகளிடமிருந்து விடுதலை பெறமுடியவில்லை. நிலம் முழுவதும் பெரிய பண்ணைகள் நீண்டுள்ளன. நீர் நிலைகள் எல்லாம் வற்றி வரண்டுவிட்டன. மக்கள் குடிநீர் இன்றித் தவிக்கிறார்கள். சமைப்பதற்கான அடுப்பை எரிப்பதற்குக்கூட விறகு இல்லை. வங்காரி தனது பால்யவயதில் விளையாடிய அத்திமரங்களும் காடுகளும் இருந்த இடம் தெரியாமல் வேரோடு வெட்டப்பட்டுவிட்டது. குழந்தைகளுக்குக்கூட உணவூட்ட முடியாத வறியவர்களாக மக்கள் மாறிவிட்டிருந்தார்கள்.

வங்காரிக்கு என்ன செய்வது என்று தெரியும். இந்த வறிய சூழ்நிலையைப் போக்கவும் முதலாளிகளிடமிருந்தும் பண்ணைகளிலிருந்தும் மக்களை விடுவிக்கவும் தனது நாட்டிற்கு மரங்கள் வேண்டும் என்பதை உறுதியாக நம்பினார். இயற்கைக்கும் பெண்ணுக்குமான பிணைப்பில் அசைக்க முடியாத நம்பிக்கை கொண்டிருந்த வங்காரி தனது எண்ணத்தைச் செயல்படுத்துவதற்காகப் பெண்களைத் தேர்ந்தெடுக்கிறார். விதைகளிலிருந்து மரங்களை எவ்வாறு நடவு செய்வது என்று பெண்களுக்குக் கற்றுக் கொடுக்கத் தொடங்கினார். இதற்காக அவர் கிராமம் கிராமமாகச் சென்று பெண்களைச் சந்தித்தார். இவ்வாறு பெண்கள் கூடி மரநடுகையில் ஈடுபட்டபோது அவர்களை யாரும் பொருட்படுத்தவில்லை.

ஏனென்றால் மரங்கள் நடுவதை ஆக்கபூர்வமான செயலாக யாரும் கருதவில்லை. மரங்களால் நிலங்களில் உள்ள நீர் நிலைகள் உயிர்த்தெழும், மழை பொழியும், மக்களின் வறுமை நிலை மாறும் என்றெல்லாம் யாருமே சிந்திக்கவில்லை. வங்காரியும் அவருடன் இப்பணியில் ஈடுபட்டவர்களும் கேலி செய்யப்பட்டார்கள். இந்தச் சிறிய தொடக்கம் தான் கிரீன் பெல்ட் என்ற பேரியக்கமாக வளர்ச்சி பெறுகின்றது.

1990 களின் முற்பகுதியில், கிரீன் பெல்ட் இயக்கம் குடிமை சுற்றுச்சூழல் கல்வித் திட்டம் என்ற ஒரு செயற்பாட்டைத் தொடங்கியது. இந்த திட்டத்தின் நோக்கத்தைப் பற்றி தனது நோபல் பரிசு உரையில் வங்காரி மாத்தாய் இவ்வாறு குறிப்பிட்டார். “மக்களுக்கு தங்கள் சொந்த செயற்பாடுகளுக்கும் அவர்களின் சூழலிலும் சமூகத்திலும் அவர்கள் காணும் பிரச்சினைகளுக்கும் இடையேயுள்ள தொடர்புகளை ஏற்படுத்த உதவுவதாகும்.”

புதிய கண்ணாடியில் பார்ப்பதுபோல பயம் அல்லது அர்த்தமற்ற தன்மைகளுக்கு அப்பால் அறிவால் மக்களை எழுந்திருக்கச் செய்யும் காரியத்தை மிகத் துணிவாக வேரிலிருந்து செயல்படுத்தினார் வங்காரி. முப்பது ஆண்டுகளில் 3 கோடி மரங்கள் எனும் பிரமாண்டமான இலக்கைத் தன் இயக்கத்தின் குறிக்கோளாக்கிக் கொண்டார். சுற்றுச்சூழல் மட்டுமல்லாமல் கல்வி சார்ந்த விழிப்புணர்வுப் பணிகளிலும் தன்னை ஈடுபடுத்திக்கொண்டார். பெண்களுக்கான தேசிய கவுன்சிலிங் தலைவியாக இருந்து தனது கோரிக்கைகளை நாடு முழுவதும் கொண்டு செல்லத் தொடங்கினார்.

பூவுலகைச் சமநிலைப்படுத்துகின்ற இயற்கையைப் பாதுகாப்பதற்காகவும் ஆப்பிரிக்க வன வளத்தைக் காக்கவும் தனது பணிகளை வரையறுத்துக்கொண்ட வங்காரி மாத்தாயினதும் அவரது கிரீன் பெல்ட் இயக்கத்தின் உயர்மட்டப் பிரச்சாரங்களால் கென்யாவின் காடுகளையும் பசுமையான இடங்களையும் காப்பாற்ற முடிந்தது.

1991 ஆம் ஆண்டில், இந்த இயக்கம் நைரோபியின் உகூறு பூங்காவை அழித்து கட்டுமானங்களைக் கட்டுவதற்கு அப்போதைய ஆளுங்கட்சி முடிவு செய்தது. அபிவிருத்தி என்ற

பெயரில் நடக்கவிருந்த பூவுலகைச் சிதைக்கும் அரசாங்கத்தின் இந்த நடவடிக்கையை வங்காரி மாத்தாய் கடுமையாக எதிர்த்தார். மக்களை திரட்டி மேற்கொண்ட தொடர்ச்சியான போராட்டங்களால் அரசாங்கம் திட்டத்தைக் கைவிட்டது.

வங்காரி மாத்தாயின் இடையறாத வலுவான செயற்பாடுகள் சர்வாதிகார சக்திகளை மகிழ்ச்சிப்படுத்தவில்லை. வங்காரியும் கிரீன் பெல்ட் சகாக்களும் அவர்களின் தைரியத்திற்காக சிறையில் அடைக்கப்பட்டார்கள். மரண அச்சுறுத்தல்கள் உட்பட துன்புறுத்தலுக்கு ஆளானார்கள். பல இரவுகளில், வங்காரி மாத்தாய் பாதுகாப்பான வீடுகளில் தங்கவேண்டிய பாதுகாப்பற்ற நிலைக்குத் தள்ளப்பட்டார். நாடாளுமன்றப் பிரதிநிதிகளாலும் அப்போதைய ஜனாதிபதி டேனியல் அராப் மோய் ஆகியோராலும் பகிரங்கமாக கேலி செய்யப்பட்டார். "அவளொரு பைத்தியக்கார பெண்" என்றும் "விவாகரத்தானவள்" என்றும் வங்காரியை அழைத்தார்கள். ஆர்ப்பாட்டங்களை அடக்குவதற்கு வேலைக்கு அமர்த்தப்பட்ட குண்டர்களும் அரசாங்கப் பாதுகாப்புப் படையினரும் மாத்தாயின் வாழ்க்கையைப் பற்றிப் பேசி அடித்துக் கொண்ட சந்தர்ப்பங்களும் உண்டு.

வங்காரி மாத்தாயும் அவரது கணவர் மவாங்கி மாத்தாயும் ஒவ்வாத வாழ்விலிருந்து பிரிந்தபோதும் வங்காரி மாத்தாய் கடுமையான விமர்சனங்களைச் சந்திக்க நேர்ந்தது. வங்காரி "பெண்களில் மிகவும் கொடிய எண்ணம் கொண்டவள்" என்றும், "அவளைக் கட்டுப்படுத்த முடியவில்லை" என்றும் வங்காரியின் கணவர் கூறினார். பெண் எவ்வாறு இருக்கவேண்டும் என்ற சமூக எதிர்பார்ப்புகள் கட்டுமானங்கள் அனைத்தையும் தகர்த்த வங்காரி மாத்தாயை அவரது கணவரால் ஒரு நல்ல பெண்ணாகவும் நல்ல மனைவியாகவும் பொருந்திக் கொள்ள முடியவில்லை. நீதிமன்ற வழக்குகளில் வங்காரியைக் "கொடூரமானவள்" என்று பெயரிடுவதோடு மட்டுமல்லாமல், அவர் மற்றொரு நாடாளுமன்ற உறுப்பினருடன் விபச்சாரம் செய்ததாக பகிரங்கமாகக் குற்றம் சாட்டினார் கணவர் மவாங்கி மாத்தாய்.

இந்தக் குற்றச்சாட்டுக்கள் விமர்சனங்களால் வங்காரி உயர் இரத்த அழுத்தத்தில் வீழ்வார் என்றே பலரும் எதிர்பார்த்தார்கள். ஆண்களுக்கும், அதிகாரங்களுக்கும் ஆதரவான முறையிலேயே நீதிபதியின் தீர்ப்பும் இருந்தது.

இந்த நீதிமன்ற விசாரணைகள் குறித்து அப்போது "விவா" என்கின்ற பத்திரிகைக்கு அளித்த பேட்டியில், "நீதிபதி திறமையற்றவர். அல்லது ஊழல் மிக்கவர்" என்று குறிப்பிட்டார் வங்காரி. நீதிபதியை இப்படி விமர்சித்த காரணத்தினால் வங்காரி மீது நீதிமன்ற அவமதிப்புக் குற்றச்சாட்டு சுமத்தப்பட்டது. அவர் குற்றவாளி என நிரூபிக்கப்பட்டு ஆறு மாத சிறைத்தண்டனை விதிக்கப்பட்டார். நைரோபியில் உள்ள லாங்காடா மகளிர் சிறைச்சாலையில் சிறைவைக்கப்பட்டிருந்த வங்காரி மாத்தாயை அவரது வழக்கறிஞரால் மூன்று மாதங்களுக்குப் பிறகே சிறை மீட்க முடிந்தது.

எல்லா சாதாரண பெண்களுக்கும் போலவே வங்காரி மாத்தாயிக்கும் விவாகரத்து விலை உயர்ந்ததாகவே இருந்தது. நடந்த வழக்குகளால் வக்கீல்களின் கட்டணங்களுக்கே பெருந்தொகைப் பணம் செலவாகிவிட்டது. கணவரினால் கிடைத்துவந்த வருமானத்தையும் இழந்துபோன வங்காரி மாத்தாய் தனது பல்லைக்கழக ஊதியத்தில் குடும்பத்தையும் குழந்தைகளையும் நிர்வாகம் செய்வதற்கு மிகவும் சிரமப்பட்டார். அக்காலத்தில் இயற்கைத்தாயின் பரிசாக அரிய ஒரு வாய்ப்பு அவரைத் தேடி வந்தது. ஐக்கிய நாடுகளின் அபிவிருத்தி திட்டத்தின் ஆப்பிரிக்காவிற்கான பொருளாதார ஆணையத்தில் பணியாற்றுவதற்கான வாய்ப்பு அது. இந்த வேலைக்கு ஆப்பிரிக்கா முழுவதும் வங்காரி மாத்தாய் தொடர்ச்சியான பயணங்களைச் செய்யவேண்டும். குழந்தைகளை தன்னோடு வைத்துப் பராமரிக்க முடியாத நிலையை உணர்ந்த வங்காரி மாத்தாய் ஒரு தீர்மானத்தை எடுக்கிறார். பிள்ளைகளை முன்னாள் கணவரிடம் அனுப்பிவிட்டுத் தனக்குக் கிடைத்த வேலையைப் பொறுப்பேற்கிறார்.

"ஜனநாயக ஆட்சி இல்லையென்றால், சுற்றுப்புறச் சூழலைப் பாதுகாக்க முடியாது" என்று இன்னும் வீரியமாக தனது போராட்டத்தை வலுப்படுத்தினார் வங்காரி மாத்தாய்.

ஆறு நபர்களுக்கு மேல் மக்கள் ஒன்றுகூடக்கூடாது, மரம் நடுவதற்கு அனுமதி பெற வேண்டும்போன்ற சட்டங்களை அரசு கொண்டுவந்தபோது, "எங்கள் நிலத்தைத் தோண்டி அதிலொரு மரத்தை நடுவதற்கு ஏன் அரசாங்கத்தின் அனுமதியைப் பெறவேண்டும்" என்று கிளர்ந்தெழுந்தார். சுற்றுப்புறச் சூழலைப் பாதுகாக்க ஜனநாயக ஆட்சி வேண்டும் என்பதை உணர்ந்து ஆட்சி மாற்றத்திற்காகவும் செயல்படத் தொடங்கினார்.

1992 ஆம் ஆண்டு மாத்தாயின் செயல்பாட்டின் விளைவாக, எதிர்க்கட்சி அரசியல் கட்சிகளை கென்யா அரசாங்கம் சட்டப்பூர்வமாக்கியது. அடுத்தடுத்த ஆண்டுகளில், ஆட்சி ஊழல் நிறைந்ததாகவும், மோசமானதாகவும் இருந்தபோதிலும், விரிசல் அறிகுறிகளே தென்பட்டன. 1999 இல் சட்டவிரோத வளர்ச்சித் திட்டங்களுக்காக கருரை வனத்தினை அழிக்கும் அரசின் திட்டத்திலிருந்து காப்பாற்றும் போராட்டத்தில் வங்காரி மாத்தாய் மீதும் கிரீன் பெல்ட் இயக்க சகாக்கள் மீதும் தொடர்ச்சியாகக் கட்டவிழ்க்கப்பட்ட வன்முறை மோதல்களுக்குப் பிறகு, அரசு தனது சட்டவிரோத வளர்ச்சித் திட்டங்களைக் கைவிட்டது.

2002ஆம் ஆண்டு நடந்த கென்யா நாட்டுத் தேர்தலில் வங்காரி மாத்தாய் போட்டியிட்டார். அதிக வாக்குகளைப் பெற்று வெற்றியடைந்து, சுற்றுச் சூழல் இணை அமைச்சராகவும் பதவியேற்றுக்கொண்டார். இயற்கையைப் பாதுகாக்க எண்ணற்ற முயற்சிகளை எடுத்தார். அதேபோலப் பெண்கள் முன்னேற்றத்துக்கான அடிப்படை வேலைத் திட்டங்களை முன்னெடுக்கவும் அவர் தவறவில்லை.

இவ்வளவு போராட்டமும் நெருக்கடியுமான வாழ்வை வாழ்ந்த வங்காரி மாத்தாய் புத்தகங்களையும் எழுதியுள்ளார். தி கிரீன் பெல்ட் இயக்கம் (The Green Belt Movement), அடிபணியவில்லை: ஒரு நினைவுக்குறிப்பு (Unbowed: A Memoir), ஆப்பிரிக்காவுக்கான சவால் (Challenge for Africa) பூமியை நிரப்புதல் (Replenishing the Earth) ஆகியன நான்கும் அவரது புத்தகங்கள்.

டேக்கிங் ரூட்: தி விஷன் ஆஃப் வங்காரி மாத்தாய் (மார்ல்போரோ புரொடக்ஷன்ஸ், 2008) என்ற ஆவணப்படம், அவரது வாழ்க்கைச் சரிதத்தின் சில பகுதிகளையும் போராட்டங்களின் வலிமையையும் கச்சிதமாகத் தொகுத்திருக்கின்றது.

நைரோபி மத்திய நகரத்தின் விளிம்பில், நகரின் இரைச்சல்களுக்குள் அகப்படாமல் பசுமையாக விரிந்து கவர்ச்சிகரமாக இன்றும் கம்பீரமாகப் பரந்து விரிந்து கிடக்கிறது உகூறு பூங்கா.

2011ஆம் ஆண்டு, செப்டம்பர் 25ஆம் திகதி பேராசிரியர் வங்காரி மாத்தாய் 71வது வயதில் கருப்பை புற்றுநோயுடன் போராடி உலக வாழ்வை முடித்துக் கொண்டார். அவரது இறுதிச் சடங்குகள் உகூறு பூங்காவில் நடைபெற்றன. “பெரும் கானகத்து சிட்டுக்குருவியாகவே இருக்க விரும்புகிறேன்” என்று எளிமையாக சொன்ன மிக வலிமையான மனுஷியின் நினைவுகளை கென்யாவிலுள்ள ஒவ்வொரு மனிதரும், மரங்களும் சுமந்திருக்கின்றனர்.

1977ஆம் ஆண்டில் பேராசிரியர் வங்காரி மாத்தாயினால் தொடங்கப்பட்ட கிரீன் பெல்ட் இயக்கம் கென்யாவில் 51 மில்லியனுக்கும் அதிகமான மரங்களை நட்டுள்ளது. பூவுலகைக் காப்பாற்றும் பணிகளுக்காகவும் பெண்கள், சிறுமிகளின் கல்விக்காகவும், ஜனநாயகத்தையும் நிலையான வாழ்வாதாரத்தை வளர்ப்பதற்காகவும் உள்ளூர், தேசிய, சர்வதேச மட்டங்களில் கிரீன் பெல்ட் இயக்கம் இன்றும் செயல்புரிந்து வருகின்றது. இந்த இயக்கத்தில் வங்காரி மாத்தாயின் மகள் வன்ஜிரா மாத்தாய் தாயின் வழியில் பணி புரிகிறார்.

அமைதிக்கும் சுற்றுச்சூழல் ஆய்வுகளுக்கான வங்காரி மாத்தாய் கல்வி நிறுவனத்தையும் கிரீன் பெல்ட் இயக்கம் நிர்வாகம் செய்கின்றது. பேராசிரியர் வங்காரி மாத்தாயின் தெளிவு, மூலோபாய நோக்கங்களின் ஒற்றைப் பார்வையுடன் குறிப்பிடத்தக்க ஆனால் வளமான அதிர்வை நோக்கமாகக் கொண்டு இந்தக் கல்வி நிறுவனம் இயங்குகின்றது. இயற்கை வளங்களின் நிலையான பயன்பாடு குறித்த அறிவையும் திறன்களையும் மாற்ற ஆப்பிரிக்கா முழுவதும்

கிராமங்களிலும் கிராமப்புற சமூகங்களிலும் உள்ள குடிமக்களுக்கு கல்வி அரங்குகளையும் ஆய்வகங்களையும் இந்த நிறுவனம் நடாத்துகின்றது. ஜனநாயகப் பண்பு கொண்ட தலைமையை ஊக்குவிக்கவும், மக்களின் வாழ்வாதாரங்களை மேம்படுத்துவதற்கும் அமைதி கலாச்சாரங்களைப் பகிர்ந்து கொள்வதிலும் இந்நிறுவனம் கவனஞ் செலுத்துகின்றது.

வங்காரி மாத்தாயின் மதிப்புகள், மரபு, பார்வை, அர்ப்பணிப்பு, சுற்றுப்புறச்சூழல், ஜனநாயகம், அமைதி ஆகியவற்றின் ஒன்றோடொன்று இணைந்திருப்பது பற்றிய புரிதல்களை மேலும் மேம்படுத்தும் திட்டங்களைத் தொடங்குவதற்கும் ஆதரிப்பதற்கும் மார்ச் 6, 2015 அன்று நிறுவப்பட்ட வங்காரி மாத்தாய் அறக்கட்டளை செயற்பட்டு வருகின்றது.

தன் பெயரையும் தனது செயற்பாடுகளையும் மீள் சுழற்சிக்கு ஆட்படச் செய்துவிட்டுப் போன வங்காரி மாத்தாய் இயற்கையோடு கலந்து இயற்கையாகி இப்பூவுலகையும் மனிதர்களையும் பிரம்மிப்பில் ஆழ்த்தும் ஓர் அதிசயம்.

31 மார்ச் 2021
வனம் இணைய இதழ்

உருவப்படங்களை ஏந்திப் பேரணி வரும் அலை

இந்திய விவசாயிகள் போராட்டத்தில் தற்கொலை செய்து கொண்ட தங்கள் மகன்களின், கணவர்களின் உருவப்படங்களை ஏந்திக் கொண்டு பேரணி வரும் பெண்கள் இலங்கையில் கடத்தப்பட்டுக் காணாமல் ஆக்கப்பட்டவர்களின் உருவப்படங்களை ஏந்திப் பேரணி வரும் பெண்களை நினைவு படுத்துகின்றனர்.

கடந்த காலமும் நிகழ்காலமும் ஒரே விதமாகவே பெண்களை உபசரிக்கின்றன. இஸ்லாம் மத நம்பிக்கைக்கு எதிராக தகனம் செய்யப்பட்ட கொரோனா பாதித்து இறந்தவர்களின் உருவப்படங்களுடன் இலங்கைப் பெண்கள் வீதிகளில் பேரணி போவதும், தகனம் செய்யப்பட்ட உடல்களுக்கு "கபன்" எனப்படும் தூய வெள்ளைத் துணியால் சுற்றி இறுதி மரியாதை செய்ய முடியாமல்போனதற்கான எதிர்ப்பை தங்கள் கைகளில் வெள்ளைக் கபன் துணிகளைக் கட்டிக் காண்பிப்பதும் நடந்த காலத்திலேதான் டெல்லி வீதிகளில் மூன்று புதிய விவசாய சட்டங்களுக்கு எதிராகத் தொடர்ச்சியாக இடம்பெறும் போராட்டங்களில் பெண்களின் அரசியல் அணிதிரட்டல் மிக முக்கிய இடத்திற்கு வந்தது.

கொரோனா பாதித்து இறந்தவர்களின் உடலங்களை பலவந்தமாகத் தகனம் செய்கின்ற காரியத்தை உலகிலேயே இலங்கை சிங்கள அரசு மட்டுமே செயல்படுத்துகின்றது. ஜனாதிபதித் தேர்தலில் வாக்களிக்காத சிறுபான்மை முஸ்லிம் சமூகத்தின்

மத உரிமைகளுக்கு எதிரான சட்டங்களை ஏற்படுத்திப் பழிதீர்ப்பதில் ராஜபக்சே சகோதரர்கள் உறுதியாக இருக்கிறார்கள். அதோடு, 2019 உயிர்த்த ஞாயிறு தற்கொலைத் தாக்குதலுக்குப் பிறகு இஸ்லாமியத் தீவிரவாதிகளை அழித்து சிங்கள சமூகத்தையும் நாட்டையும் காப்பாற்றுவதாக அளித்த தேர்தல் வாக்குறுதியை நிறைவேற்றுவதிலும் குறியாக இருக்கிறார்கள். கொரோனா பாதித்து இறந்தவர்களின் உடல்களை வேட்டையாடும் நிகழ்ச்சி நிரல் இவற்றின் பின்னணியில் இருந்தே தொடங்குகின்றது. கொரோனா பாதித்து இறந்தவர்களைப் புதைப்பதால் நிலத்தடி நீர் பாதிக்கும் என்றொரு விஞ்ஞானத்திற்குப் புறம்பான காரணத்தைக் கண்டுபிடித்து, கொரோனா உறுதி செய்யப்படாத பச்சிளங் குழந்தைகளையே பெற்றோரிடம் அனுமதி பெறாமல், இறுதியாக பார்ப்பதற்குக்கூட வாய்ப்புத் தராமல் தகனம் செய்தபோது மௌனத்தை உடைத்துக் கொண்டு அணிதிரண்டு வீதியில் இறங்கினார்கள், பெண்கள். அதன் பிறகே இந்தப் போராட்டத்தின் திசைகள் வேறு கோணங்களிலும் உருக்கொண்டு இன்று பெரு நகர வீதிகளை முற்றுகையிடுமளவுக்கு ஆண்களை அணிதிரளச் செய்திருக்கிறது.

எல்லைகளில் பெண்களும் குழந்தைகளும் போராட்டம் நடத்தக்கூடாது என்ற உச்சநீதிமன்றத்தின் கவனத்தையும் பொருட்படுத்தாமல் ஜனவரி மாதம் நடந்த மகளிர் உழவர் தின நிகழ்வுகள் நாட்டின் பல மாவட்டங்களில் இதேபோன்ற பேரணிகளைத் தூண்டின.

உலகளவிலும் தேசிய அளவிலும் ஜனநாயகத்திற்குக் குரல் கொடுப்பதிலும் குடியுரிமைகளை மீட்டெடுப்பதிலும் பெண்கள் இடையறாது செயல்பட்டு வருவது பல தசாப்தங்களாக நடக்கிறது. ஒவ்வொரு காலத்திலும் வழக்கமாக இருக்கும் ஒழுங்குகளை உடைத்து வழக்கத்திற்கு மாறான எதிர்ப்பு முறைகளைப் பெண்களால் உருவாக்க முடிகின்றது. "கீழ்ப்படியாதவர்கள்" என்ற விமர்சனங்களைப் பொருட்படுத்தாமல் செயல்திறன்மிக்க அடையாளங்களைப் பெண்கள் வரைகின்றனர்.

பெருநிறுவனங்களின் சதி காரணமாக நம்பியிருந்த விவசாய நிலங்களால் நஷ்டமடைந்தபோது குடிமக்களைப் பாதுகாக்கவேண்டிய அரசாங்கமும் கைவிட்டபோது துயரத்தினாலும் ஏமாற்றத்தினாலும் கழுத்தளவு வளர்ந்துவிட்ட கடன் தொல்லைகளினாலும் தற்கொலை செய்து கொண்டவர்களில், விவசாயப் போராட்டத்தில் ஈடுபட்ட காரணத்தினால் தீவிரவாதிகள் என்று சிறையில் தள்ளப்பட்டவர்களில் மகன்களின் கணவர்களின் உருவப்படங்களை ஏந்திச் செல்வதிலிருந்து, டிராக்டர் பேரணிகளை நடத்துவது, எழுச்சிக் கவிதைகள், பாடல்கள் இசைப்பது, கடுங் குளிரில் முகாமிட்டிருந்த போராட்டக்காரர்களுக்கு உணவு சமைப்பது உட்படப் போராட்ட எழுச்சியின் பொதுநிலைகளைப் பாதுகாப்பதில் பெண்கள் பங்கேற்றனர். அரசியல் செயல்பாட்டில் பெண்களின் மரபுகளையும் செயல்திறன்களையும் தூண்டுகின்ற செயல்பாடுகள் இவை. கடந்த பல மாதங்களாகக் குறிப்பாக பஞ்சாபில் அணிதிரண்ட பெண்கள் கார்ப்பரேட் அதிகாரத்தின் தளங்களைத் தொடர்ந்து அசைக்கின்றனர்.

சாதியம், வர்க்கம், வகுப்புவாதம் ஆகிய தவறான வழிகளில் ஒற்றுமையை உருவாக்க முனையும் அதிகார முதலாளித்துவ சக்திகளால் தமக்கு ஏற்படப்போகும் ஆபத்தான எதிர்காலம், நிலம், வாழ்வாதார இழப்பு போன்ற சவால்கள் துன்பங்களை நிலமற்ற விவசாயிகள் சங்கங்களின் உறுப்பினர்கள், விவசாயப் பின்னணியைச் சேர்ந்த பெண்கள், மாணவர்கள் தெளிவாகப் புரிந்து கொண்டிருக்கின்றனர். விவசாயச் சட்டங்களால் பெண்களுக்குப் பாதிப்பில்லை, இது பெண்களின் பிரச்சினையேயில்லை என்று புரட்சியில் இறங்கியிருக்கும் பெண்களின் அரசியல் பங்கேற்பின் உரிமையை இங்கு யாரும் மறுத்துவிட முடியாதவாறு, விவசாயிகள், உழவர்கள், விதை பராமரிப்பாளர்கள், அறுவடை செய்பவர்கள், கால்நடைகள், கோழி வளர்ப்பு, வன உற்பத்தியாளர்களின் மேலாளர்கள் அனைவரும் இணைந்து "இங்கு பெண்கள் சம பங்குதாரர்கள்" என்று குரல் கொடுக்கின்றனர்.

வரலாற்று ரீதியாக இருந்துவந்த முட்டாள்தனமான "தசை" அரசியலுக்கு எதிரான புதிய வடிவங்களை வரலாற்று

ரீதியாகப் பெண்கள் மீளுருவாக்கியுள்ளனர். செயற்கையான பிரிவினைகளை நிராகரித்து அரசியல் செயற்பாடுகளிலும் புரட்சிகளிலும் தங்களை இணைத்துக் கொள்வதைப் பெண்கள் நெடுங்காலமாகச் செய்கின்றனர். அதுவே பெண் அடையாளத்தின் மரபாக இருக்கின்றது. வாழ்வாதாரம், அபிவிருத்தி, இடப்பெயர்வு, சுற்றுப்புறச் சூழல் பாதுகாப்பு, மனித உரிமைகள், பெண்கள் சிறுமிகளின் உரிமைகள், கௌரவம் – இப்படி எல்லாவற்றிற்காகவும் பெண்கள் போராடிக் கொண்டேயிருக்கிறார்கள்.

அமெரிக்காவினதும் இந்தியாவினதும் ஒத்துழைப்புடன் புலிகள் இயக்கத்திற்கு எதிராக முன்னெடுக்கப்பட்ட 26 ஆண்டுகால இனவாத உள்நாட்டு யுத்தம், 2009 மே மாதம் மஹிந்த இராஜபக்ஷ அரசினால் மோசமான இராணுவத் தாக்குதல் மூலம் முடிவுக்குக் கொண்டுவரப்பட்டது. போரின் கடைசி வாரங்களில் கொல்லப்பட்டவர்களின் எண்ணிக்கை 40,000க்கும் அதிகம். போரின்போது பலவந்தமாகக் கடத்திச் செல்லப்பட்டு, சரணடைந்து, உறவினர்களால் பாதுகாப்பு படையினரிடம் ஒப்படைக்கப்பட்டு பின்னர் காணாமல் ஆக்கப்பட்ட ஆயிரக்கணக்கானவர்கள் பற்றிய தகவல்களை இராஜபக்ஷ அரசைப் போலவே தற்போதைய அரசாங்கமும் வழங்க மறுத்து வருகின்றது.

காணாமல் ஆக்கப்பட்டவர்கள் தொடர்பான உண்மை நிலையை கண்டறிவதற்கு என்று அதற்கான ஒரு விசாரணை ஆணைக்குழு நியமிக்கப்பட்டது. காணாமல் ஆக்கப்பட்டவர்களை கண்டறிவதற்கான செயற்பாடுகள் அரசின் மோசடி நடவடிக்கை என்பதை மக்கள் வெகு சீக்கிரமே உணர்ந்து கொண்டுவிட்டார்கள்.

போரின்போது வடக்கு, கிழக்கில் மட்டுமன்றி, கொழும்பிலும் நாட்டின் ஏனைய பகுதிகளிலும் கடத்தல்களும் காணாமல் ஆக்குதல்களும் நடந்தன. அவ்வாறு காணாமல் ஆக்கப்பட்டவர்கள் சிலர் பின்னர் சடலங்களாகக் கண்டெடுக்கப்பட்டனர்.

உலகிலேயே அதிகம் காணாமல் ஆக்கப்பட்டோர் நாடாக ஈராக் உள்ளது. இலங்கை இரண்டாம் நிலை. 1980 – 2019 வரையிலான

காலப்பகுதியில் சுமார் ஒரு இலட்சம் பேர் காணாமல் ஆக்கப்பட்டிருக்கலாம். ஐக்கிய நாடுகள் சபை, ஆசிய மனித உரிமைகள் ஆணையம் என்பவற்றின் அறிக்கைகளின் தரவுகளும் இலங்கை அரசின் தரவும் பேரளவில் வித்தியாசப்படுகின்றன. வெள்ளை வானில் கடத்திச் செல்லப்பட்ட ஊடகவியலாளர்கள், அரசியல்வாதிகள், தனிநபர்களினது எண்ணிக்கைக்கு சரியான தரவுகள் இல்லை.

காணாமல் ஆக்கப்பட்ட தமது அன்புக்குரியவர்கள் இரகசிய முகாம்களில் அடைத்து வைக்கப்பட்டிருப்பதாக நம்பிக் கொண்டு அவர்களை தமக்கு காட்டும்படியும், அவர்கள் உயிருடன் இல்லை எனில் அதை அரசாங்கம் உறுதிப்படுத்த வேண்டும் என்றும் கோரிக்கைகளை முன்வைத்து உருவப்படங்களை ஏந்திக் கொண்டு போராட்டங்களில் ஈடுபடுவது இன்றும் தொடர்கின்றது. இந்தப் போராட்டங்களைத் தொடங்கியவர்கள் பெண்கள். காணாமல் ஆக்கப்பட்ட கணவர்களுக்காக, மகள்கள், மகன்களுக்காக உருவப்படங்களை ஏந்திக் கொண்டு வீதிகளில் பேரணி சென்றும், சத்தியாக்கிரகப் போராட்டங்கள் செய்தும் நீதிக்காக பெண்கள் குரல்கொடுத்தபடியே இருக்கிறார்கள்.

இவர்களின் குரல்களை, ஏக்கங்களை, செயல்திறன் மிக்க அவர்களின் போராட்ட வடிவத்தினை ஆளும் அரசாங்கங்கள் பொருட்படுத்தவில்லை. இராணுவத்தினாலும் அரச புலனாய்வு சக்திகளாலும் தொடர்ந்தும் கண்காணிக்கப்படும் போராட்டக்காரர்கள் உயிருக்கு உத்தரவாதமில்லாத வாழ்வை வாழ்ந்தபடியே களமிறங்குகிறார்கள். வெள்ளை வேன் கடத்தலினாலும், இறுதிப் போரின் போது சரணடைந்தவர்களும் இன்னமும் பூசா முகாமிலும், பயங்கரவாதத் தடுப்புப் பிரிவிலும் இரகசியப் புலன் விசாரணைப் பிரிவிலும் தடுத்து வைக்கப்பட்டிருக்கலாம் என்கின்ற நம்பிக்கைக்கு வலுச்சேர்ப்பதாக சிலர் விடுவிக்கப்பட்டுமுள்ளனர். உயிரைப் பணயம் வைத்து வழக்குகளைப் பதிந்து வாதாடி தம் அன்புக்குரியவர்களை மீட்பதற்கு எல்லாப் பாதிக்கப்பட்டவர்களிடமும் பண வசதியும் மனபலமும் இல்லை.

இலங்கையாகட்டும், இந்தியாவாகட்டும் வேறெந்த நாடாகட்டும் நீதி, சமத்துவம், மனித கௌரவத்திற்கான அணிதிரட்டல்களில் இயற்கையாகவே பங்காளிகளாக மாறும் பெண்களின் அரசியல் செயல்பாட்டுக்கான உரிய இடம் கிடைக்காமல் போவதற்கு அவர்கள் தலைமைப் பாத்திரங்களில் இல்லை என்பதும், தலைமைப் பாத்திரங்களில் இருப்பவர்கள் பெண்களின் அரசியல் செயல்பாட்டுக்கு இருக்கும் முக்கியத்துவத்தைப் புரிந்து கொள்ளவில்லை அல்லது மதிப்பளிக்கவில்லை என்பதுமே முதன்மைக் காரணமாகிறது.

டெல்லி விவசாயிகள் போராட்டத்தில் தங்களை ஒன்றிணைத்துக் கொண்டு பங்குதாரர்களாக தங்களை அர்ப்பணித்துப் போராட்டத்திற்கு புதிய வடிவத்தையும் சக்தியையும் அளித்த பெண்களில் ஒருவர்கூட அரசாங்கத்துடன் பேச்சுவார்த்தை நடத்த தேர்ந்தெடுக்கப்பட்ட 35 பேர் கொண்ட உழவர் தூதுக்குழுவில் இல்லை. குடியரசு தினத்தன்று டெல்லியில் நடந்த துரதிர்ஷ்டவசமான நிகழ்வுகள் அவர்களை ஏமாற்றியுள்ளன. இது பெண்களது இடையறாத இயக்கத்தின் அகிம்சை சான்றுகளை களங்கப்படுத்தியுள்ளது.

முடிவெடுப்பதில் இருந்து பெண்கள் ஒதுக்கப்பட்டதற்கான மேற்கோள்கள் பலதை வரிசைப்படுத்தலாம். ஆனால் பெண்கள் தங்களது உரிமைகளையும் நீதியையும் நிலைநாட்டுவதற்காகத் தொடர்ந்தும் போராட்டங்களின்பால் ஈர்க்கப்பட்டுக் கொண்டேயிருக்கின்றனர். அதுவே அவர்களின் மரபு. போராடுவது பெண்களின் மரபுரிமை.

25 பெப்ரவரி 2021
மாற்றம் இணைய இதழ்

இருளின் பிரகாசம்

ஒரேயொரு நிலவுதான்;
உலகின் எல்லா குளங்களிலும்
தனித்தனியாக மிதந்துகொண்டிருக்கிறது.

இந்த ஜென் கவிதையை நுஜூத் நினைவுபடுத்திக் கொண்டே இருக்கிறாள்.

நுஜூத் என்றால் அரபு மொழியில் 'வானத்தில் நட்சத்திரங்கள்' என்று பொருள். ஆனால், வாழ்வில் நுஜூத் நிலா போன்றவள்! கருமேகங்களையும் அடர்ந்த இருளையும் கிழித்துக்கொண்டு பிரகாசிப்பவள்!

I AM NUJOOD, AGE 10, DIVORCED என்ற நூலை வாசித்துக் கொண்டிருந்த காலத்தில்தான், 'இயற்கை படைத்த நாங்கள், நாங்களாகவே படைத்த நாங்கள்' என்ற கூற்றை மின்திரையில் கேட்க நேர்ந்தது. பெருந் தொற்றுக் கால ஊரடங்கின்போது மின்திரையில் நடந்த கூட்டமொன்றில், இருமையை மொழியில் விவரணப்படுத்த ஓவியர் கமலா வாசுகி கூறிய வாசகம்தான் அது. நுஜூத்தின் வாழ்வில் நடந்த சம்பவத்துக்கும் இந்தக் கூற்றுக்கும் உள்ள தொடர்புகளில் இருமை இன்னும் துலக்கமாகிறது.

ஏமன் நாட்டில், நுஜூத் என்ற 10 வயதுச் சிறுமிக்கு நேர்ந்த அனுபவம் அசாதாரணமானது என்றில்லை. உலகளவில் சாதாரணமாக தினமும் நாம் செவியுறத்தக்கதான 'குழந்தைத் திருமண' செய்திதான். மத்திய கிழக்கு நாடுகள் தொடங்கி லத்தீன் அமெரிக்கா, தெற்காசியா முதல் ஐரோப்பா வரை, உலகின் ஒவ்வொரு பிராந்தியத்திலும் நாடுகள், கலாசாரங்கள், மதங்கள், இனங்கள்

என்ற வேறுபாடுகளைக் கடந்து ‘குழந்தைத் திருமணங்கள்’ நடைபெற்றுக்கொண்டே இருக்கின்றன.

10 ஆண்டுகளுக்கு முன்பு நான்கு குழந்தைகளில் ஒருவருக்கு 18 வயதிற்கு முன் திருமணம் நடைபெற்று வந்தது என்றும் தற்போது இது குறைந்து ஐந்தில் ஒரு குழந்தைக்கே நடைபெறுகின்றதென்றும் ஜூன் 2019 யுனிசெஃப் வெளியிட்டுள்ள அறிக்கையின் தகவல்கள் ஆசுவாசப்படுத்த முயல்கின்றன. உலக அளவில் 18 வயதுக்குட்பட்ட 21 சதவீதம் பேர் குழந்தைத் திருமணத்தால் பாதிக்கப்பட்டுள்ளதையும், கடந்த 10 ஆண்டுகளில் 2.5 கோடி குழந்தைத் திருமணங்கள் தடுக்கப்பட்டுள்ளதையும் அதே அறிக்கை சுட்டிக் காட்டுகிறது. தற்போது திருமணமாகி உள்ளவர்களில் 65 கோடி பேர் 18 வயது நிறைவடையும் முன்னர் திருமணம் செய்தவர்கள் என்பது பெரிய எண்ணிக்கை.

தெற்காசியாவில் கடந்த 10 ஆண்டுகளில் 49 சதவீதத்திலிருந்து 30 சதவீதமாக குழந்தைத் திருமணங்கள் குறைந்துள்ளது என்றாலும், உலகளவில் இந்தியா முதலிடத்தில் இருப்பது அதிர்ச்சியளிக்கிறது. உலகில் நடைபெறும் மூன்று குழந்தைத் திருமணங்களில் ஒன்று இந்தியாவில் நடைபெறுவதும், இந்தியாவின் பங்களிப்பு 33 சதவீதமாக எண்ணிக்கையில் தாக்கம் செலுத்துவதும் பேரதிர்ச்சி. வறுமையும் கல்வியறிவின்மையும் குழந்தைத் திருமணங்களுக்கான முதன்மையான காரணங்களாகக் கூறப்பட்டபோதும் மத நம்பிக்கைகளும், கலாசார சூழல் அழுத்தங்களும் கூடுதல் செல்வாக்குச் செலுத்துவதையும் காணலாம்.

மனு தர்மம், ‘ஒரு பெண்ணானவள் சிறுமியாக இருக்கும் போது அவள் தந்தைக்குக் கட்டுப்பட்டவள்; திருமணத்துக்குப் பிறகு கணவனுக்குக் கட்டுப்பட்டவள்; கணவனுக்குப் பிறகு தன் மகனுக்குக் கட்டுப்பட்டவள்; வாழ்நாள் முழுவதும் பெண்ணானவள் ஆணுக்குக் கட்டுப்பட்டு அடங்கியே வாழவேண்டும்’ என்றது. புராணங்களும் இதிகாசங்களும் பெண்களை நுகர்வுப் பொருளாகவும் அடிமைத் தொழில் செய்பவர்களாகவும் கட்டமைத்து வைத்திருந்தன. தமிழ் இலக்கியங்களும் ‘ஈன்று புறந்தருதல் என்தலைக் கடனே’ என்று

பிள்ளைப் பெறும் எந்திரமாகவும் ‘தையல் சொல் கேளேல்’ என்றும் சொல்லி வந்தன. சமூக அமைப்பில் இழிவான தொழில் என்று சொல்லப்பட்ட துப்புரவு பணி, அழுக்குத் துணி வெளுத்தல் போன்ற வேலைகளை குடும்பத்தில் பெண்களே பார்க்க வேண்டும் என்று வலியுறுத்தப்படுகின்றனர்.

இஸ்லாம் மதத்தில், பெண்ணின் திருமண வயது தொடர்பான குழப்பங்கள் இன்னமும் நீடிக்கின்றன. இறைத்தூதர் முஹம்மது நபி 53 வயதாக இருக்கும்போது, ஆறே வயதான ஆய்ஷா(ரலி)யை திருமணம் செய்திருப்பதால் தீவிர நம்பிக்கையாளர்கள் இன்றும் குழந்தைத் திருமணங்களை ஆதரிக்கும் ஒருநிலை முஸ்லிம்களிடையே தொடர்கின்றது. அரபு தேசங்களிலும் முஸ்லிம்கள் வாழும் எல்லா நாடுகளிலும் இந்தக் குழப்பங்களும் முரண்பாடுகளும் உள்ளன. பல நாடுகள் சட்டத் திருத்தங்களைக் கொண்டுவந்துள்ளன. பெண்ணின் திருமண வயது குறைந்தது 18 என நாடுகள் சட்டச் சீர்திருத்தங்கள், மாற்றங்களைக் கொண்டுவந்திருந்தாலும் மத நம்பிக்கையாளர்களின் இதயங்களைப் பூரணமாக மாற்றிட முடியவில்லை. இலங்கையில் இஸ்லாமியப் பெண்களின் திருமண வயது 12 என்றே இன்று வரையும் முஸ்லிம் தனியாள் சட்டத்தில் உள்ளது. 1951-ஆம் ஆண்டின் 13-ஆம் இலக்க முஸ்லிம் விவாக விவாகரத்துச் சட்டத்திலிருக்கும் பெண்ணுக்கான திருமண வயதை 12-இல் இருந்து 18 ஆக உயர்த்துவதற்கு முப்பது ஆண்டுகளாக பெண்கள் அமைப்புகளும், மனித உரிமை ஆர்வலர்களும் முன்னெடுத்து வரும் போராட்டங்களுக்கு முல்லாக்கள் தடையாக இருக்கிறார்கள். ஒரு சிறுமி பருவமடைந்துவிட்டால் திருமணத்திற்குத் தகுதியானவள் என்பதிலேயே பெருமளவான முல்லாக்கள் ஒன்றுபடுகின்றனர்.

முஹம்மது நபி 53 வயதாக இருக்கையில் ஆறே வயதான ஆய்ஷாவை மணந்து கொண்டதாலும் திருமணத்திற்குப் பிறகு குழந்தை ஆய்ஷா(ரலி) தனது தந்தை வீட்டிலேயே தங்கவைக்கப்பட்டதாகவும், பருவ வயதையடைந்த பின்னர் அதாவது ஒன்பது வயதின் பின்னரே நபியின் இல்லத்திற்கு அனுப்பி வைக்கப்பட்டதாக சொல்லிக் கொள்வதாலும் குழந்தைத் திருமணத்தை ஆதரிப்பவர்களும் இருக்கிறார்கள்.

அதாவது, குழந்தைத் திருமணம், அவள் பருவமடையும் வரை உறவு கொள்ளாமல் காத்துக்கொள்ளும் பட்சத்தில் ஏற்றுக்கொள்ளலாம் என முடிவுக்கு வருகின்றனர்.

நுஜூத்துக்கு மணம் முடித்து வைக்கும் யோசனையை அவளது தகப்பனார், இறைத்தூதர் முஹம்மது & ஆய்ஷா திருமணத்தை ஆதாரமாகக் கூறியே நியாயப்படுத்துகிறார்.

'திருமணம் செய்வதற்கு நுஜூத் ரொம்பச் சின்னப் பிள்ளை' இப்படி நுஜூத்தின் சகோதரி கூறும்போது, 'ரொம்பச் சின்னப் பிள்ளையா? இறைத்தூதர் முஹம்மது, ஆய்ஷாவை மணமுடித்தபோது அவளுக்கு வயது ஒன்பதுதான்!' என்ற பதிலே அவளது தகப்பனாரால் முன் வைக்கப்படுகின்றது. 'ஒரு வாய் சோறு குறையும்' என்ற காரணமும் சுமைக் குறைப்பு என்பதாக அர்த்தப்படுத்தப்பட்டாலும்கூட, இந்தக் காரணத்தை மறைத்துவிடக் கூடிய முன் மாதிரி இறைத்தூதர் வாழ்க்கையில் இருப்பது நுஜூத்தின் தகப்பனாருக்குப் பெரும் நியாய பலமாக இருப்பது மட்டுமல்ல, குற்றவுணர்ச்சி கொள்வதற்கான இடத்தையும் இல்லாமல் செய்கின்றது.

திருமணம் என்ற 'வதை' புரிபடுவதற்குரிய எந்த முகாந்திரமும் கொண்டிராத சிறுமி நுஜூத் பிஞ்சு மனதுக்கே உரிய விதமாக, சில ரொட்டித் துண்டுகளுக்காக பிச்சை எடுப்பதற்கு வற்புறுத்தும் தகப்பனை அன்பு செய்கிறாள். அந்த மனிதரில் எந்நேரமும் வீசும் புகையிலை நாற்றத்தைச் சகித்துக்கொள்கிறாள். அதே நேரம், தகப்பன் விரும்பக்கூடிய விதமாக நல்ல குட்டிப்பெண்ணாகத் தானில்லை என்பதையும் உணர்கிறாள். அவளுக்கிருந்த இந்த கூருணர்வே அவளை மீட்பை நோக்கி நகர்த்துகிறது. நீதிமன்றத்தின் வாசலைத் தொலைக்காட்சித் திரைகளில் மட்டுமே பார்த்துக் கொண்டிருந்தவளை நீதிக்காக விரைந்தோட வைக்கிறது.

மின்சாரம் இல்லாமல், குழாய் நீர் வசதியில்லாமல் வாழ்ந்த கிராமத்து வாழ்வை விரும்பும் எளிய மனமும், நுரைத்துப் பொங்கிக் கிளம்பும் கடல் அலைகளில் விளையாடும் கனவுகள் மட்டுமே கொண்ட ஒரு தளிர் நுஜூத். வயதுக்கும், உடலுக்கும், மனதுக்கும் சகிக்காத துயரங்களே அவள் திருமண அனுபவங்களாகின்றன. ஆண்களின் அதிகாரத்திற்கு கட்டுப்பட்டு

வாழப் பழகிவிட்ட அல்லது இதுதான் பெண்களுக்கு விதிக்கப்பட்டது, மாற்ற முடியாதது என்று நம்பிய பெண்கள் ஒரு நிலைக்கு மேல் தங்கள் அடையாளத்தை முழுவதும் இழந்துவிடுகிறார்கள். அவர்களின் குரல்களிலும் செயல்களிலும் ஆண்களே பிரதியாகி வெளிப்படுகின்றார்கள். நுஜூத்தின் தாய் சொல்லும் மதியுரைகளும், திருமணமாகிச் சென்ற இடத்தில் மாமியாரும் மற்றப் பெண்களும் திணிக்கும் அறிவுரைகளும் ஆண்களின் ஆகிருதிகள்.

ஒவ்வோர் இரவும் காயப்பட்டுத் துன்புறும் தன் பிஞ்சு உடலுடன் சுருண்டு மடங்குகின்ற நுஜூத், இதுவரை சந்தித்த பெண்களைப்போல இந்த அனுபவங்களைச் சாதாரணம் என்றோ இயல்பானதென்றோ பெண்ணுக்கு விதிக்கப்பட்டதென்றோ எண்ணவில்லை. இந்த 'வதை முகாமிலிருந்து' தப்பிப்பதற்காக அவள் எடுத்துக்கொள்ளும் பிரயத்தனங்கள், பிடிவாதம் இவற்றால் கிடைக்கும் தண்டனைகளின் கனத்தைவிடவும் கனமானது, தன்னைக் காப்பாற்ற முன்வராதவர்களின் மனங்கள் என்றுணர்கிறாள்.

பிஞ்சுக்கரங்களால் விடியற்காலையிலேயே சுத்தம் செய்ய எழுவது, குடும்ப உணவைத் தயாரிக்க நீர் இழுப்பது, கறுப்பு நிலக்கரி போன்ற தடித்த பானைகளைத் தேய்த்துத் துப்புரவாக்குவது என்று பணிச்சுமையால் மென்மையான பின்புறம் வளைந்து, உடல் மெலிந்து வாடி நிற்கும் மகளை விடுவிக்க தாய் எண்ணுகிறாளில்லை. ஒவ்வோர் இரவிலும் தன் பிஞ்சு மகள் இழுக்கும் சுமையால் ஆழமாக பதிந்திருக்கும் கவலையின் கோடுகளை அழிப்பதற்கு அவள் முயற்சிக்கிறாளில்லை. ஏனென்றால், இந்த சோதனைகள், வலிகள் அனைத்தும் அவளும் இழுத்த சுமைகள்தான். பெண்ணாகப்பட்டவள் இவற்றுடன் கலந்த இயற்கை எனவும் இந்த நெருப்பை ஒவ்வொரு பெண்ணும் கடந்தே ஆகவேண்டும் எனவும் நம்புகிறாள்.

ஆனால், தவ்ளாவின் கண்களுக்கோ நுஜூத்தின் பிரகாசம் ஒளிர்கிறது. சிறுமியின் விடுதலைத் தாகம் தணிவதற்குச் சாத்தியமான வாசல்கள் பற்றி தவ்ளா சொல்கிறாள். "நீ சொல்வதை யாருமே கேட்கவில்லை என்றால் நீ நேரடியாக

நீதிமன்றத்திற்குப் போக வேண்டும்.” தஸ்லாவினால் மட்டும் இது எப்படி முடிகின்றது? அவளும் நுஜூத் வாழும் அதே புவியியல் எல்லைக்குள்தானே வாழ்கிறாள். நுஜூத்தின் தகப்பனுக்குத்தான் முன்னாள் மனைவியாக இருந்தாள். அங்குள்ள சாதாரண பெண்கள் இழுக்கும் சிலுவைகளை இழுத்துக் கொண்டிருப்பவள்தானே அவளும். வாழ்வின் காலத்தின் சரடுகளில் இயல்பாக்கப்பட்ட முடிச்சுகளிலிருந்து அவள் மட்டும் எப்படி அவிழ்ந்தாள்? அவிழ்தலின் சூட்சுமம் மிக எளிதாகப் புரிகிறது. தஸ்லா தனியாக வாழ்கின்றாள். கணவனால் கைவிடப்பட்ட பிறகு ஆண் அதிகாரத்திலிருந்து சுய கௌரவத்திற்கு அவளது சுமை தோள் மாறுகின்றது. தன் உழைப்பில் வாழக் கற்றுக்கொண்ட பிறகு சுயமரியாதையோடு நேர்கொண்ட பெண்ணாக நிமிர்கிறாள். சுயமியாக இருக்கும் வாழ்வுதான் அவளைச் சிந்திக்க மட்டுமல்ல, இன்னொருத்தியின் துயரத்தை கூர்திறனுடன் நோக்கி ரௌத்திரம் புகட்டும் நிலைக்கு உயர்த்துகிறது.

ஒவ்வொரு பெண்ணும் அவள் அரபு தேசத்தவளாக இருந்தாலும் கிழக்காசியாவைச் சேர்ந்தவளாக இருந்தாலும் தனது விடுதலைக்கான போராட்டத்தின் முதல் அடிகளை அவளே தான் எடுத்து வைக்க வேண்டிய கட்டமைப்புக்குள்ளே தான் இருக்கிறாள். நுஜூத்போல யாரோ ஒரு பெண் தினமும் கூண்டுகளைத் தகர்த்துக்கொண்டேதான் இருக்கிறாள்.

நம் தேசத்தில் இதுபோல எத்தனையோ பெண்கள். உலகளவில் குழந்தைத் திருமணம் நடைபெறும் நாடுகளில் முதலிடத்தில் இருக்கும் இந்தியாவில், ‘லிட்டில் விடோ’ என்றே அறியப்பட்ட, தான் கற்ற கல்வி மூலம் தன்னைத்தானே மீட்டெடுத்து, அதே கல்வியின் மூலம் ஆயிரக்கணக்கான பெண்களை மீட்கும் கருவியாக 19-ஆம் நூற்றாண்டிலேயே செயல்பட்டவர் சகோதரி ஆர்.எஸ்.சுபலட்சுமி.

சிறுமி சுபலட்சுமிக்கு 1898-ஆம் வருடம் 11 வயதில் திருமணம் நடந்தது. திருமணம் நடந்த மூன்றே மாதங்களில் சுபலட்சுமியை மணமுடித்த சிறுவன் இறந்து போனான். தலையை மழுங்கச் சிரைத்து, வெள்ளைச் சேலை உடுத்தி விதவைக் கோலத்திற்குள் திணிக்கப்பட்டு அக்ரஹாரத்திலுள்ள மற்றக் குழந்தைகளுடன்

விளையாட்டில் இணைவதற்குள்ள அவள் பிராயத்து உரிமையே மறுக்கப்பட்ட சுபலட்சுமிதான் தென்னிந்தியாவின் முதல் பட்டதாரிப் பெண்ணாக 1911இல் தன்னை நிலை நிறுத்தினார். வாழ்நாள் முழுவதும் தன்னைப்போல பாதிக்கப்பட்ட பெண்களின் மறுவாழ்வுக்காகவும் கல்விக்காகவும் உழைத்தார்; சிந்தித்தார்.

மராத்தியப் பெண் எழுத்தாளர் பேபி காம்ளேவுக்கு 1942இல் திருமணமாகிறது. அப்போது அவருக்கு 13 வயதே. பத்துப் பிள்ளைகளையும் பெறுகிறார். இதற்குப் பின்பு அந்தக் காலத்து ஒடுக்கப்பட்ட ஒரு பெண் வாழ்வில் என்னத்தைச் சாதித்துவிட முடியும்? ஆனால், ஒடுக்கப்பட்ட மஹர் சமூகத்தில் பிறந்த பேபி காம்ளேவுக்கோ வேறு சிந்தனைகள் இருந்தன. அவர் மற்ற பெண்களைப்போல வெறும் பிள்ளை பெறும் இயந்திரமாக தன்னை மாய்த்துக்கொள்ளவில்லை. அடிமைத்தனங்களுக்கு அடங்கிப் போகாமல் அவர் செய்த செயல்களே இன்று வரை அவரின் புகழை இந்திய நாடும், வெளிநாட்டு மக்களையும் பாடவைத்திருக்கிறது.

நம் காலத்து நுஜூத்தின் கனவும் இப்படியாகத்தான் இருக்கின்றது. தன்னைப்போல வேறு யாரும் பாதிக்கப்படக் கூடாதென்று எண்ணுகிறாள். தனது இளைய தங்கை தன்னைப் போல, இரவு மிருகத்திடம் இரையாகப் போய்விடாதபடி காப்பாற்றப்பட வேண்டும் என்று கைகோர்த்துக்கொண்டு திரிகிறாள். எல்லாவற்றையும் தன்னுடன் இணைத்து நோக்கும் போது எல்லாவற்றிற்கும் தானும் பொறுப்பாளியாக உணர்வது இயல்பாகிறது. சில பொறுப்புகளிலிருந்து விலகிச் செல்ல முடியாது. தனது விதி மற்றவர்களின் விதிகளுடன் பிணைக்கப்பட்டுள்ளதாகவே நுஜூத் நம்புகிறாள். ஒருவர் பிரபஞ்சத்தைச் சுமக்கக் கற்றுக்கொள்ள வேண்டும் அல்லது அதனால் நசுக்கப்படும் வலியை ஏற்றுக்கொள்ள வேண்டும். நுஜூத் பிரபஞ்சத்தைச் சுமக்கவே கற்றுக்கொள்கிறாள்.

உலகை தான் நேசிக்கும் அளவுக்கும், உலகு தன்னை நேசிக்கும் அளவுக்கும் வலுவாக வளர விரும்புகிறாள். காலி இடத்தில் உட்கார்ந்திருக்கும் மோசமான கொடூரங்களை அவள் பொருட்படுத்தவில்லை.

விவாகரத்துக்குப் பிறகு ‘ஏமன் டைம்ஸ்’ அலுவலகத்தில் அவளுக்காகவே விசேடமாக ஏற்பாடு செய்யப்பட்ட விருந்தில் நுஜூத் கலந்துகொள்கிறாள். ‘நுஜூத் வெற்றி பெற்றுவிட்டாள்’ என்று வாழ்த்தும் பெருங்குரல்கள் கரகோசங்கள் ஆரவாரங்களுக்கிடையே மெய்மறந்து நிற்கின்ற, பிறந்த தேதிகூடச் சரியாகத் தெரியாத அந்தச் சிறுமி விவாகரத்துப் பெற்ற அந்த நாளை, தனது பிறந்தநாளாக ஒப்புக்கொள்கிறாள். கடுமையான நீண்ட போராட்டங்களிலிருந்து மீளும் ஒவ்வொரு பெண்ணும் தன்னை மீட்டுருவாக்குவதிலிருந்தே வாழ்வின் அடுத்த கட்டத்தை எதிர்கொள்ளும் துணிவையும், சக்தியையும் புதுப்பித்துக்கொள்கிறார்கள்.

‘ஏதாவது நகரும் வரை எதுவும் நடக்காது’ என்பார் ஜெர்மானிய அறிவியல் தத்துவவாதியான ஆல்பர்ட் ஐன்ஸ்டீன். நுஜூத்துக்கும் இதுவே நடக்கிறது. அவள் விரும்பிய திசைக்குப் பிரபஞ்சம் வழி காட்டுகின்றது. அவளது பிஞ்சு மனதின் நம்பிக்கைகள் மழுங்கடிக்கப்படாதபடி அவளுக்கான எல்லா வாசல்களும் திறக்கின்றன. அவள் அடைய விரும்பிய நீதி அவள் எதிர்பாராத விடுதலையின் சிறகுகளை அவளுக்குப் பரிசளிக்கின்றது. அவள் கொஞ்சமும் எதிர்பாராத புகழும், பரிசில்களும் அவளது உறுதியான போராட்டத்தின் முடிவுகளாக மாறுகின்றன. தன் உடலையும் மனதையும் வருத்தியவர்களை மிக எளிதாக மன்னித்து மனுஷியாகிறாள்.

ஈரானில் வாழுகின்ற பிரெஞ்சு பத்திரிகையாளர் டெல்ஃபின் மினோவியுடன் இணைந்து நுஜூத் அலி எழுதியிருக்கும் ‘என் பெயர் நுஜூத், வயது 10, விவாகரத்து ஆகிவிட்டது!’ என்ற தன் வரலாற்று நூல், இதுவரை 38 மொழிகளில் வெளியாகியிருக்கின்றது. இப்போது 39வது மொழியாக தமிழ் மொழியில் வருவதால் கூடுதல் சிறப்பைப் பெறுகின்றது. இதனை தமிழில் மொழிபெயர்த்த சூ.ம.ஜெயசீலனுக்கும், வெளியிடும் ‘டிஸ்கவரி புக் பேலஸ்’ பதிப்பகத்துக்கும் பாராட்டுகள்.

‘பெண் ஏன் அடிமையானாள்?’ என்று பெரியார் எழுதிய நூலுடன், பெண்களுக்கு அன்பளிக்கத் தகுதியான ஒரு நூல் இது. விடுதலை முழக்கங்களைவிட பாதிக்கப்பட்டு

சுயஎழுச்சியால் மீண்டவர்களின், விடுதலையடைந்தவர்களின் குரல்களுக்கிருக்கும் வலிமை எவரையும் ஆழமாகத் தொடக்கூடியது.

'எனக்கு விவாகரத்து வேண்டும்' என்ற கோரிக்கையுடன் நுஜூத் என்ற சிறுமி நீதிமன்றத்துக்குச் சென்றாள்!' எனும் செய்தி ஏமன் நாட்டு ஊடகங்களில் உண்டாக்கிய பரபரப்பு, மேலும் பல சிறுமிகளை வலுப்படுத்துகிறது. அதுவரை உணராத பலத்தை முழுவதும் பிரயோகித்து சிறைகளைத் தகர்த்துக்கொண்டு சிறுமிகள் வீட்டுப் படிகளைத் தாண்டி நீதிக்காக ஓடுகிறார்கள். சின்னஞ்சிறு சிறுமி நாடு முழுவதிலும் ஏற்படுத்தும் அதிர்வலைகளால் ஏமன் நாட்டு அரசு பல இஸ்லாமிய அடிப்படைவாத முல்லாக்களின் எதிர்ப்புகளையும் மீறி ஆண், பெண் இருவருக்கும், திருமணத்துக்குச் சம்மதம் தெரிவிப்பதற்கான வயது 17 என்பதாக 2009 பிப்ரவரி மாதம் சட்டம் இயற்றியது. இலங்கை நாட்டில் முப்பதாண்டு காலமாக பலநூறு பெண்கள் அமைப்புகள் போராடியும் முடிவுக்கு வராத போராட்டத்தை, அரபு தேசத்தில் ஒரு 10 வயது சிறுமி நிகழ்த்திக் காட்டியிருக்கிறாள்.

மீண்டும் அந்த ஜென் கவிதைதான் நினைவில் வருகின்றது.

ஒரேயொரு நிலவுதான்;
உலகின் எல்லா குளங்களிலும்
தனித்தனியாக மிதந்துகொண்டிருக்கிறது.

– I AM NUJOOD, AGE 10, DIVORCED என்ற நூலின் தமிழ் மொழிபெயர்ப்புக்கு எழுதிய அணிந்துரை.
(2021)

எங்கள் விருப்பத்திற்கு எதிராக

1970-களில் பெண்கள் இயக்கங்களுக்கு முன்னர், பாலியல் வன்புணர்வுக் குற்றங்கள் நிகழும்போது ஆணின் அவலநிலையைப் புரிந்துகொள்வதற்கே கவனம் செலுத்தப்பட்டது. பெரும்பாலான கோட்பாட்டாளர்கள் பாலியல் வன்புணர்வு ஒரு வக்கிரம் என்றும், பாலியல் வன்புணர்வில் ஈடுபட்டவர்கள் மனநலம் பாதிக்கப்பட்டவர்கள், நடத்தை பலவீனமான தந்தை உருவம், சமூகமயமாக்கலின் விளைவு என்றே பரிந்துரைத்தார்கள். பாலியல் வன்புணர்வுகளில் ஈடுபடும் ஆண்கள் பாலியல், ஆக்கிரமிப்புத் தூண்டுதல்களைக் கட்டுப்படுத்த முடியாத நபர்கள் போன்ற படத்தை வரையவே முற்பட்டனர்.

நான்கு தசாப்த காலங்களுக்கும் மேலாகப் பெண்ணியவாதிகள், மார்க்சிஸ்டுகள், பிற கோட்பாட்டாளர்களின் பாலியல் வன்முறை பற்றிய கருத்துக்கள் தொடர்ந்து மாறிவந்திருக்கின்றன. எனினும், பெண்களுக்கு எதிரான பாலியல் வன்முறையை எந்தவொரு முறையான வழியிலும் இவர்கள் கையாளவில்லை.

பெண்களுக்கு எதிரான பாலியல் வன்புணர்வுகளைச் சுற்றிக் கட்டமைக்கப்பட்டிருந்த அமைதியின் சுவர்களை உடைத்தவர் சூசன் பிரவுன்மில்லர். இவர் 1975இல் எழுதிய 'எங்கள் விருப்பத்திற்கு எதிராக' (Against our will), என்ற புத்தகம் பாலியல் வல்லுறவுகள், துஷ்பிரயோகங்கள் பற்றிய பொதுக் கண்ணோட்டங்களையும் அணுகுமுறைகளையும் மாற்றியமைத்தது. அமெரிக்காவில் இந்தப் புத்தகம் வெளிவந்த காலத்தில் பாலியல் துன்புறுத்தலால் பாதிக்கப்பட்ட பெண்களின் முறைப்பாடுகளை

எடுத்து விசாரிப்பதற்கு பொலிஸ் திணைக்களங்களோ, பிரிவுகளோ நடைமுறைப்படுத்தப்பட்டிருக்கவில்லை. மருத்துவமனைகளில் பாதிப்பை பரிசோதனை செய்வதற்கு, ஆலோசகர்களையோ அல்லது சான்றுகளை சேகரிப்பதற்குரிய நடைமுறைகளோ இருக்கவில்லை.

ஒரு பெண்ணின் பாலியல் குற்றச்சாட்டை இழிவுபடுத்த அவரது கடந்த கால நடத்தையைப் பாதுகாப்பு மூலமாகப் பயன்படுத்தக்கூடிய காலத்தில், பிரவுன்மில்லரின் புத்தகம் சட்டங்கள், பொது அணுகுமுறைகள் இரண்டையும் மட்டும் மாற்றியமைக்கவில்லை. பெண்களின் உடல் சுயாட்சியைக் குறைத்து மதிப்பிடும் ஒரு கலாச்சாரத்தை மாற்றுவதற்கான பெருமுயற்சியின் ஒரு பகுதியாகவும் கவனப்படுத்தப்பட்டது. பாலியல் பலாத்கார எதிர்ப்பு ஆர்வலர்கள் நெருக்கடி மையங்கள், அவசர அழைப்பு ஹாட்லைன்கள், தற்காப்பு வகுப்புகள், பாலியல் பலாத்காரத்தில் இருந்து தப்பிப்பிழைப்பவர்களுக்கு பிற வகையான ஆதரவை உருவாக்க சூசன் பிரவுன்மில்லரின் 'எங்கள் விருப்பத்திற்கு எதிராக' புத்தகம் துணைபுரிந்தது.

பாலியல் வல்லுறவு, பாலியல் துஷ்பிரயோகங்கள் ஓர் அதிகாரச் செயல் மட்டுமல்ல, வெகுஜன பயங்கரவாதமும், பெண் நடத்தைகளைக் கட்டுப்படுத்துவதும் என்று துணிந்து சொல்வதற்கு பெண்களாலேயே முடிந்தது. பாலியல் வல்லுறவை அதன் வரலாற்றோடு ஆராய்வதற்கும், பண்டைய பாபிலோனியர்களிடமிருந்து பழமையான பாலியல் வன்முறைச் சம்பவங்கள், நவீன சகாப்தத்தில் போர்க்கால பாலியல் வன்புணர்வு மரபுகள் பற்றியும் சூசன் பிரவுன்மில்லர் 'எங்கள் விருப்பத்திற்கு எதிராக' நூலில் அழுத்தமாக விவாதிக்கிறார். போரில் ஒரு தந்திரோபாயமாகவும், பிற வகையான அரசியல் மோதல்களாகவும் பாலியல் பலாத்காரம் உள்ளதை இனமுரண்பாட்டு வேறுபாடுகளுடன் கருத்தூன்றச் செய்கிறார்.

ஒரு பெண் தன் கணவருக்குச் 'சொந்தமானவள்' என்றும், திருமணம் நிரந்தர ஒப்புதல் என்பதாகவும் புரிந்துகொள்ளப்பட்டிருந்த காலத்தில், திருமண உறவில் நிகழும் பாலியல் வன்புணர்வைப் பற்றிப் பேசுவதற்கு யாருமே முன்வராத காலத்தில் சூசன் பிரவுன்மில்லர் தனது புத்தகத்தில்

எழுதினார். அமெரிக்காவில் நிறைவேற்றப்பட்ட முதல் திருமண பாலியல் வன்புணர்வுச் சட்டங்களைக் கொண்டுவர பிரவுன்மில்லரின் நுண்ணறிவு, பிற பெண்ணிய ஆர்வலர்களின் பணிகளுடன் சேர்ந்து உதவியது.

அபிவிருத்தியிலும் நாகரிக வளர்ச்சியிலும் முன்நிற்கும் அமெரிக்க நாடு எதிர்பாராத அதிர்வுகளையும் மாற்றங்களையும் ஒரு புத்தகத்தினால் சூசன் பிரவுன்மில்லர் ஏற்படுத்தி சரியாக முப்பத்தைந்து ஆண்டுகளுக்குப் பிறகு அதே நாட்டில் 'மீ டூ இயக்கம்' உருவானது. நானும் பாதிக்கப்பட்டேன் (#MeToo movement) எனும் இயக்கம் உலக அளவில், பணியிடங்களில் பெண்கள் தங்களுக்கு எதிராக நடந்த பாலியல் துன்புறுத்தல்கள், பாலியல் தாக்குதல்களை டுவிட்டர், முகநூல் போன்ற சமூக ஊடகங்கள் மூலம் வெளியுலகிற்கு அம்பலப்படுத்துவதே இந்த இயக்கத்தின் நோக்கம்.

மீ டூ இயக்கத்தை அமெரிக்க நாட்டின் சமூகச் செயற்பாட்டாளர் தாரன புர்கே முதன்முதலில் 2006 இல் 'Me Too' எனும் சொற்றொடர் மூலம் பெண்களுக்கு எதிரான பாலியல் தொல்லைகளை சமூக ஊடகங்கள் மூலம் வெளிக்கொணர்ந்தார். உலகின் பல்வேறு நாடுகளிலும் இந்தியாவிலும் மீ டூ இயக்கத்தின் அதிர்வுகளை இன்றளவும் காணக்கூடியதாக உள்ளது. அதிகாரம் குவிந்திருக்கும் தளங்கள் அனைத்திலும் அரசியல், சினிமா, கல்லூரிகள், பணியிடங்கள் போன்ற எல்லா சமூக நிறுவனங்களிலும் உயரதிகாரிகளால் மேற்கொள்ளப்பட்ட பாலியல் வன்புணர்வுகளும், பாலியல் தாக்குதல்களும் இடம்பெற்றதை மீ டூ இயக்கம் வெளிச்சத்திற்குக் கொண்டுவந்தது. பல அதிகாரிகளையும், அமைச்சர்களையும் ஓடிஒளியச் செய்த பதவி இழக்கச் செய்த இந்த மீ டூ இயக்கம் இதுவரை காலமும் இருள்கவிந்திருந்த பல பகுதிகளில் வெளிச்சம் பாய்ச்சியது.

'எங்கள் விருப்பத்திற்கு எதிராக' என்கின்ற புத்தகம், 'நானும் பாதிக்கப்பட்டேன்' என்றொரு இயக்கம். இரண்டுக்குமிடையிலான நெடிய மூன்று தசாப்தங்களுக்கும் மேலான காலம். பெண் உடல் அரசியல் ஒருபுறம் உடல்களைக் கட்டுப்படுத்தும் சக்தியையும், மறுபுறம் அத்தகைய சக்திகளுக்கு எதிரான எதிர்ப்பையும் உள்ளடக்கி

நிலைநிறுத்தவும் சவால் செய்யவும் தேர்ந்தெடுக்கக்கூடிய பல நூறு உதாரணங்களுக்கிடையில் இந்த இரண்டு செயற்பாடுகளும் அவ்வளவு தொடர்புகளை இயல்பாக்கி நிற்கின்றன.

மேலைத்தேய பெண்ணிய வரலாற்றிலும், தெற்காசியப் பெண்கள் விடுதலை இயக்க வரலாற்றிலும் கவனப்படுத்துவதற்குப் பல பெண்கள், ஆளுமைகள், செயற்பாட்டாளர்கள், எழுத்தாளர்கள் இருக்கிறார்கள். சூசன் பிரவுன்மில்லர் எழுதிய 'எங்கள் விருப்பத்திற்கு எதிராக' புத்தகமும், சமூகச் செயற்பாட்டாளர் தாரன புர்கே ஆரம்பித்துவைத்த மீ டூ இயக்கமும் மிக முக்கியமான பாய்ச்சல்கள். வெவ்வேறு காலகட்டங்களில் பெண்களுக்கு எதிரான பாலியல் வன்புணர்வுகள், துன்புறுத்தல்கள், தாக்குதல்களுக்கு எதிரான நீதியைக் கோருகின்றவை. இந்த நிலைகளை அமெரிக்க நாட்டுப் பெண்கள் மிக எளிதாக எட்டிப் பிடிக்கவில்லை என்பதுதான் உண்மை. அத்துடன் இவ்விரண்டு செயற்பாடுகளின்போதான காலமும் அரசியல் பின்னணியும் கவனிக்கத்தக்கவை. தங்களுக்கு நேர்ந்த அநீதியை, தன் உடல் மீது நிகழ்த்தப்பட்ட அத்துமீறலைப் பகிரங்கப்படுத்தக் கோருகின்ற மீ டூ இயக்கத்தின் தேவைப்பாடும் அதிகார வர்க்கத்தின் அரசியல் நிகழ்ச்சி நிரல்களில் பெண்களின் உடல்கள் கையாளப்பட்டதைப் பேசும் 'எங்கள் விருப்பத்திற்கு எதிராக'வும் இணையும் புள்ளிகள் மிகப் பகிரங்கமானவை.

அனைத்து பாலியல் வன்கொடுமைப் புகார்களையும் சட்ட, சட்ட அமலாக்க அமைப்புகள் சமமாகக் கருதுகின்றன. அடிமைத்தனத்தின் காலத்திலிருந்தே பாலியல் வன்கொடுமை நச்சு இனக் கூறுகளைக் கொண்டுள்ளது. அமெரிக்காவில், இது வெள்ளை மேலாதிக்க முறையை பராமரிப்பதில் ஒரு முக்கிய ஆயுதமாக இருந்தது. கறுப்பினப் பெண்களும் ஆண்களும் இதற்குப் பலியாகினார்கள். சட்ட அறிஞர் சூசன் எஸ்ட்ரிச் குறிப்பிடுவதைப் போல, "1930 இலும் 1967-க்கும் இடைப்பட்ட காலத்திலும் பாலியல் வன்புணர்வுக் குற்றத்திற்காகத் தூக்கிலிடப்பட்டவர்களில் 89 சதவிகிதம் பேர் கறுப்பின ஆண்கள்."

அமெரிக்க நாட்டில் பாலியல் வன்கொடுமை என்பது "எஜமானருக்கும் அடிமைக்கும் இடையிலான சமூக உறவுகளின்

ஒரு முக்கிய பரிமாணம்” போல் காணப்பட்டது. இதில் வெள்ளை எஜமானர்கள் வழக்கமாக அடிமைப்படுத்தப்பட்ட கறுப்பினப் பெண்களை பாலியல் பலாத்காரம் செய்கிறார்கள். பாலியல் கொடுமைகள் ஆதிக்கத்தின், அடக்குமுறையின் ஆயுதமாகவும் அதன் ரகசிய குறிக்கோள் அடிமைப் பெண்களின் விருப்பத்தை எதிர்ப்பதும், அவர்களின் ஆண்களை இழிவுபடுத்துவதுமாக இருந்தது. கறுப்பினப் பெண்கள் நிறுவனமயமாக்கிய பாலியல் அடிமைத்தனத்தை ஒழிப்பதில் இருந்து தப்பிக்க நிகழ்த்திய போராட்டங்கள் நவீன வடிவத்தை எடுத்தது. குழு வன்புணர்வு, உள்நாட்டுப் போருக்குப் பிந்தைய காலகட்டத்தில் பிற பயங்கரவாத அமைப்புகளால் நிலைநிறுத்தப்பட்டு, கறுப்பு சமத்துவத்திற்கான இயக்கத்தைத் தடுக்கும் உந்துதலில் ஒரு கட்டுப்பாடற்ற அரசியல் ஆயுதமாக மாறியது.

‘தளர்வான பெண்கள்’ என்றும் பரத்தையர் எனவும் கருதப்பட்ட கறுப்பின பெண்களின் பாலியல் பலாத்காரம் பற்றிய கூக்குரல்கள் சட்டபூர்வமான தன்மையைக் கொண்டிருக்க வேண்டிய அவசியமில்லை என்று கருதப்பட்டது. பெரும்பாலும், வெள்ளை பெண்களின் ‘நல்லொழுக்க’த்தைப் பாதுகாக்கும் பெயரில் கறுப்பின ஆண்களை முறையாகக் கொன்ற அதே தெற்கு இனவாதிகள் கறுப்பின பெண்களை பாலியல் பலாத்காரம் செய்தனர். டேனியல் எல். மெகுவேர் தனது முக்கியமான புத்தகமான ‘அட் தி டார்க் எண்ட் ஆஃப் தி ஸ்ட்ரீட்’டில் காண்பிப்பது போல.

பெண்கள் இயக்கத்தில் தீவிரமாகச் செயற்பட்ட பெண்ணியவாதிகள் பல தசாப்தங்களுக்கு முன்னர் பாலியல் பலாத்காரத்தில் இருந்து தப்பித்தவர்களைப் “பேச வேண்டும்” என வலியுறுத்தினர். ஆப்பிரிக்க அமெரிக்க பெண்களின் பொது ஆர்ப்பாட்டங்கள் உள்ளூர், தேசிய, சர்வதேச சீற்றத்தை அதிகரித்தன. மேலும் இன நீதிக்கும் மனித கௌரவத்திற்குமான மிகப்பாரிய அளவிலான பிரச்சாரங்களைத் தூண்டின.

1931ஆம் ஆண்டு ‘கறுப்பின மனிதர் பாலியல் பலாத்காரம்’ ஸ்டீரியோடைப்பின் மிகவும் பிரபலமான எடுத்துக்காட்டுகளில் ஒன்று, அலபாமாவில் ஒரு சரக்கு ரயிலில் இரண்டு இளம் வெள்ளைப் பெண்களை பாலியல் பலாத்காரம் செய்ததாக

குற்றம் சாட்டப்பட்ட பதின்மூன்று முதல் பத்தொன்பது வயதுக்குட்பட்ட ஒன்பது இளம் கறுப்பின ஆண்கள் சம்பந்தப்பட்ட வழக்கு. இவர்களில் இளையவரான ராய் ரைட் தவிர மற்ற அனைவருமே அனைத்து வெள்ளை ஜூரிகளாலும் விரைவில் குற்றவாளிகள் என நிரூபிக்கப்பட்டு மரண தண்டனை விதிக்கப்பட்டனர். பாதிக்கப்பட்ட பெண்களில் ஒருவரான ரூபி பேட்ஸ் தானளித்த பாலியல் பலாத்காரம் குறித்த குற்றச்சாட்டைத் திரும்பப் பெற்றதோடு, ஒரு சாட்சியாகவும் தோன்றினார். வெள்ளைப் பெண்கள், கறுப்பின ஆண்களுடன் ரயிலில் சம்மதத்துடன் பாலுறவு கொண்டதாக வாதிட்டனர். நீதிமன்றப் போர்கள் தொடர்ந்தன. கம்யூனிஸ்ட் கட்சி அவர்கள் சார்பாக பல ஆண்டுகளாக பிரச்சாரம் செய்தது. குற்றம் சாட்டப்பட்டவர்களில் இருவர் தவிர அனைவரும் சிறையிலேயே கழித்தனர். குழுவின் கடைசிக் கைதியாக இருந்த ஆண்டி ரைட் 1950 வரை பரோலில் விடுவிக்கப்படவில்லை. இறுதியாக, நவம்பர் 21, 2013 அன்று இவர்கள் முதலில் கைது செய்யப்பட்ட எண்பத்திரண்டு ஆண்டுகளுக்குப் பிறகு, இதுவரை மன்னிக்கப்படாத அல்லது அவர்களின் நம்பிக்கைகள் முழுவதும் கைவிடப்பட்ட மூன்று ஸ்காட்ஸ்போரோ சிறுவர்களுக்கு அலபாமா மன்னிப்பு - பரோல்ஸ் வாரியம் மரணதண்டனை மன்னிப்பு வழங்க ஒருமனதாக ஒப்புக்கொண்டது.

இந்த வரலாறு கடந்த காலத்தின் நினைவுச்சின்னம் அல்ல. குற்றஞ்சாட்டப்பட்டவரின் இனம் பாலியல் வல்லுறவு குற்றச்சாட்டுகளின் விளைவுகளைத் தொடர்ந்து வலுவாகப் பாதிக்கிறது. தனது இனம் காரணமாகத் தவறான பாலியல் வன்புணர்வு வழக்குகளில் குற்றவாளிகளாகக் காட்டப்பட்டுக் கைதிகள் பலர் தண்டனை பெற்று விடுவிக்கப்பட்டனர். பலர் பல ஆண்டுகள் அல்லது பல தசாப்தங்களாக சிறையில் அடைக்கப்பட்டனர்.

அடிமைத்தனத்தின் ஆதிக்க வரலாறு காரணமாக மட்டுமல்லாமல், இனவெறி அமெரிக்காவிற்குச் சொந்தமானது. உண்மையில், புலம்பெயர்ந்த குழுக்களுக்கு எதிரான தொடர்ச்சியான பாகுபாடு முக்கிய பங்கைக் கொண்டுள்ளது. பல லத்தீன் அமெரிக்கர்களையும் ஆசிய நாட்டவர்களையும்

குறைந்த ஊதியத் தொழிலாளர்களாக கட்டாயப்படுத்தியது. 2001 இல் "பயங்கரவாதத்திற்கு எதிரான போர்" தொடங்கியதிலிருந்து அரேபியர்களும் முஸ்லிம்களும் அடக்குமுறைக்கு இலக்காகினர். இத்தகைய பிரசாரம் முஸ்லீம் ஆண்களை நம்பமுடியாத பயங்கரவாதிகளாகவும், முஸ்லீம் பெண்களை அவர்களின் விருப்பத்திற்குரியவர்களாகவும் அடிபணிந்த கூட்டாளிகளாகவும் சித்தரிப்பதில் வெற்றிகரமான இடத்தைப் பிடித்தன. வன்முறைகளும் பெண் அடக்குமுறையும் இயல்பாகவே முன்கூட்டியே இருப்பதைப் போல ஒரே மாதிரியாகக் கருதப்படுகின்றன. இன, மத ஒடுக்குமுறை அனைத்தும் உலக அளவில் முதலாளித்துவத்தின் அவசியமான அம்சங்களாகும். இது அமெரிக்க எல்லைகளுக்கு அப்பாற்பட்டது.

2012 டிசம்பர் 16 அன்று இந்தியாவின் டில்லி நகரில், 23 வயது மாணவி நிர்பயா கூட்டுப் பாலியல் வன்புணர்வு சம்பவத்திற்குப் பின்னர் உருவான மக்கள் எதிர்ப்பு ஆர்ப்பாட்டங்களால் இந்திய குற்றவியல் சட்டத்தில் திருத்தம் கொண்டுவரப்பட்டது. 2013 மார்ச் 21 அன்று கொண்டுவரப்பட்ட இந்த சட்டத்திருத்தம் பாலியல் குற்றங்கள் தொடர்பான இந்திய தண்டனைச் சட்டங்களில் திருத்தங்களை உள்ளீர்த்தது. இந்த சட்டத் திருத்தம் கொண்டுவரப்பட்டதன் பின்னர் நிர்பயா வழக்கை விடவும் மோசமான பல பாலியல் வன்புணர்வுக் குற்றங்கள் நடைபெற்றன. நடைபெற்றுக் கொண்டிருக்கின்றன.

இந்தியாவில் ஒரு நாளைக்கு 88 வன்புணர்வுப் புகார்கள் பதிவு செய்யப்படுகின்றன. இவர்களில் பெரும்பாலானவர்கள் சிறுபான்மை ஒடுக்கப்பட்ட சமூகத்தைச் சேர்ந்த சிறுமிகளும் பெண்களும்.

2014 ஆகஸ்டில், இந்தியாவின் சரவா கிராமத்தில் ஒரு இளம் இந்து பெண், முஸ்லீம் ஆண்கள் குழு தன்னைக் கூட்டுப் பாலியல் பலாத்காரம் செய்ததாகவும் பின்னர் அவர்களில் ஒருவர் தன்னை வலுக்கட்டாயமாக இஸ்லாத்திற்கு மாற்றி திருமணம் செய்து கொண்டதாகவும் கூறினார். நரேந்திர மோடி வெற்றியின் பின்னணியில், இந்தக் குற்றச்சாட்டு உடனடியாக இனப் பதட்டத்தின் தீப்பிழம்புகளைத் தூண்டியதுடன், ஆயுதமேந்திய இந்து கும்பல்களுடன் கலவரங்களுக்கு வழிவகுத்தது. பின்னர், அந்த இளம் பெண் தனது கூற்றை வாபஸ் பெற்றதுடன்,

அவரது வலதுசாரி முஸ்லிம்-விரோத குடும்பம் எவ்வாறு பாலியல் வல்லுறவுக் குற்றச்சாட்டுகளைக் கொண்டுவரக் கட்டாயப்படுத்தியது என்பதும் வெளிப்படுத்தப்பட்டது. உண்மையில் அந்தப் பெண் குற்றம் சாட்டப்பட்டவர்களில் ஒருவரைக் காதலித்து வந்தார்.

2018 ஜனவரி மாதம் சம்மு காஷ்மீர் மாநிலத்தில் கதுவா அருகே உள்ள ரசானா கிராமத்தில் 8 வயது சிறுமி ஆசிபா கடத்தப்பட்டு, பாலியல்வன்முறைக்குப் பின் கொலை செய்யப்பட்ட "கதுவா பாலியல் வன்முறை வழக்கு" சிறுபான்மையினரின் இந்திய உடல் அரசியலுடனான உறவைச் சித்தரிக்கும் மற்றொரு கொடூரமான உதாரணம். விசாரணையில் சிறுமி மயக்கமடைந்து, கூட்டுப் பாலியல் பலாத்காரம் செய்யப்பட்டு, தனது சொந்த தாவணியால் கழுத்தை நெரிக்கப்பட்டது தெரியவந்தது. அவளுடைய தலை ஒரு பாறையால் சிதைக்கப்பட்டிருந்தது. ஒரு சிறிய இந்து சன்னதியில் நான்கு நாட்களாக இந்தக் கொடூரம் நடந்தது. பாதிக்கப்பட்ட சிறுமி பாக்கர்வால் நாடோடி சமூகத்தைச் சேர்ந்தவர்.

குற்றஞ்சாட்டப்பட்டுக் கைது செய்யப்பட்டவர்கள் அனைவரும் இந்துக்களாய் இருந்ததால், வலதுசாரி இந்துக் குழுக்கள் கைது நடவடிக்கையைக் கண்டித்து எதிர்ப்புப் போராட்டங்கள் நடத்தின. அத்தகைய ஒரு போராட்டத்தில் ஆட்சியிலிருக்கும் பாரதிய ஜனதா கட்சியின் அமைச்சர் இருவர் கலந்து கொண்டனர்.

இந்தியாவில் காலனித்துவ காலத்திலிருந்தே, சிறுபான்மையின சமூகங்களுக்கு எதிரான வன்முறையைத் தூண்டிவிடுவதற்காக "பாலியல் பலாத்காரம்" தொடர்ந்து பயன்படுத்தப்படுகிறது. ஆளும் வர்க்கம் தீண்டத்தகாதவர்கள் என்று ஒதுக்கும் சமூகப் பெண்களின் உடல்களைத் தீண்டுவதையும் பாலியல் வன்புணர்வு செய்வதையும் "தூய்மை"யாகக் கருதுகின்ற இந்திய அரசியலில் "தீட்டு" என்ற சொல்லாட்சி எவ்வாறு அடிக்கடி பயன்படுத்தப்படுகிறது என்பதை நாம் அறிவோம்.

இலங்கையில், அரசாங்கத்துக்கும் விடுதலைப் புலிகளுக்கும் இடையிலான 30 ஆண்டுகால மோதலின் போது, வாக்குமூலங்களைக் கட்டாயப்படுத்தவும், இழிவுபடுத்தவும்

பாலியல் பலாத்காரங்களும் வன்முறைகளும் இலங்கை பாதுகாப்புப் படையினரால் நிகழ்த்தப்பட்டன. பெண் முன்னாள் கைதிகளின் பிறப்புறுப்புகள் அல்லது மார்பகங்களை நிமிண்டிக் காயமேற்படுத்தி துன்புறுத்தப்பட்டனர். வாய்மொழியாக துஷ்பிரயோகம் செய்யப்பட்டு கேலிக்குள்ளாக்கப்பட்டனர்.

மனித உரிமைகள் கண்காணிப்பகத்தால் பரிசோதிக்கப்பட்ட பல மருத்துவ அறிக்கைகள் பிட்டம், மார்பகங்களில் கடித்தது போன்ற பாலியல் வன்முறைகளுக்கு சான்றுகளைக் காட்டுவதை உறுதி செய்கின்றது. உள் தொடைகளிலும் மார்பகங்களிலும் சதைத்த பகுதிகளிலும் சிகரெட்டினால் சுட்டெரித்தனர். பாலியல் வல்லுறவுக்குப் பின்பு கம்பிகள், கண்ணாடித் துண்டுகள், உடைந்த போத்தல்களைப் பெண் உறுப்பில் திணித்துக் கொலை செய்த கோரச்சம்பங்கள் ஆயிரம் உண்டு. பெண் உறுப்பில் கைக்குண்டுகளை வெடிக்கச் செய்வதனால் பாலியல் வல்லுறவுத் தடயங்கள் திட்டமிட்டு அழிக்கப்பட்டன. விடுதலைப் புலிகள் இயக்க உறுப்பினர்கள் அல்லது ஆதரவாளர்களுக்கு எதிராக இலங்கை இராணுவமும் பொலிஸ் பிரிவும் பயன்படுத்திய சட்டவிரோத கருவிகளில் ஒன்றாக பாலியல் துஷ்பிரயோகம், பாலியல் வன்புணர்வு ஆகியன நீண்டகால பாரதூரமான வன்முறைகள்.

ஜூலை 30, 1987 அன்று இந்திய அமைதி காக்கும் படை (IPKF) உள்நாட்டுப் போரை முடிவுக்குக்கொண்டுவருவதை நோக்கமாகக் கொண்டு, இலங்கை மக்களைக் காப்பாற்றும் தேவதைகளாக நாட்டுக்குள் வந்து, 1987 – 1990 வரையான மூன்று ஆண்டுகள் காலப்பகுதியில் ஆயிரக்கணக்கான தமிழ்ப் பெண்களைப் பாலியல் வல்லுறவு புரியும் பிசாசுகளாக வெறிபிடித்து அலைந்தது. பத்து வயதுச் சிறுமிகள் வரையில் பாலியல் வன்புணர்ந்து, பெண்ணுறுப்பில் குண்டுகளை வெடிக்கச் செய்து கொல்வதையும், சுற்றிவளைப்பு நடவடிக்கைகளின் போது தமிழ்ப் பெண்களின் வீடுகளுக்குள் புகுந்து கூட்டுப் பாலியல் வன்புணர்வு செய்வதையும் இந்திய அமைதி காக்கும் படை வழக்கமாகக் கொண்டிருந்தது. இதனால் மனநலம் பாதிக்கப்பட்டு நீண்ட காலமாகியும் குணம் பெறாத பெண்களினதும், தற்கொலை செய்து கொண்ட பெண்களினதும் பட்டியல் மிக நீளம்.

வடக்கிலும் கிழக்கிலும் இவர்கள் பாலியல் வன்புணர்வு செய்த பெண்களில் பெருந்தொகையானோர் 30 வயதிற்குட்பட்ட, ஏழ்மையான குடும்பத்தைச் சேர்ந்த தமிழ்ப் பெண்கள். பாலியல் வன்புணர்வு செய்வதுடன் அந்த வீடுகளைக் கொள்ளையடிப்பதும் இந்திய இராணுவத்தின் வழக்கமான செயல்பாடாக இருந்தது. நகைகள், பொருள்கள், கால்நடைகள் என்று அகப்பட்ட அனைத்தையும் திருடிக் கொண்டுபோனார்கள். 8,000 பெண்களைப் பாலியல் வல்லுறவு செய்து கொன்றும், சாவுக்குக் காரணமாக இருந்தும் கொடுமையிழைத்த இந்திய இராணுவத்திற்கு எதிராக வெறும் மூன்று வழக்குகளே பதிவாகின. அதிகார அடுக்குகளுக்குள் நுழைவதற்கு எளிய மக்களுக்கு இருக்கும் தயக்கம், அச்சம், முதலாளிய இராணுவ படைகள் உருவாக்கும் எச்சரிக்கைகள் நீதியைப் புதைக்கின்றன.

இந்திய இராணுவம் நாட்டுக்குள் வருவதற்கு முன்பே இலங்கைப் பெண்களைப் பாலியல் வன்புணர்வுக் கொலை கலாச்சார வரலாறு உலுக்கத் தொடங்கிவிட்டிருந்தது. 1971 ஆம் ஆண்டு நடந்த மக்கள் விடுதலை முன்னணி (JVP) கிளர்ச்சியின் போது இலங்கை இராணுவத்தினரால் பாலியல் வதைக்கு உட்படுத்தப்பட்டு சுட்டுக் கொல்லப்பட்டவர் இடதுசாரி இயக்க செயற்பாட்டாளர் பிரேமாவதி மனம்பேரி. 1971 ஏப்ரலில் தென்னிலங்கையில் இடம்பெற்ற ஜேவிபி கிளர்ச்சியில் கதிர்காமம் முக்கிய நகரமாக செயற்பட்டது. ஏப்ரல் 16 இல் இலங்கை இராணுவம் கிளர்ச்சியை அடக்கி, நகரைக் கட்டுப்பாட்டுக்குக் கொண்டுவந்தது.

இதில், பிரேமாவதி மனம்பேரி உட்பட சில பெண்கள், போராளிகளுக்கு உதவி செய்ததாகக் குற்றம் சாட்டப்பட்டுக் கைது செய்யப்பட்டனர். கைது செய்யப்பட்ட பிரேமாவதி இரவு முழுவதும் பாலியல் வன்முறைக்குட்படுத்தப்பட்டு சித்திரவதைக்குள்ளாக்கப்பட்டார். பின்னர் அவரை கதிர்காமம் புனித நகரின் வீதிகளில் நிர்வாணமாக இழுத்து வந்து, பொது மக்கள் முன்னிலையில் துன்புறுத்தி, அஞ்சலகம் ஒன்றின் முன்னால் வைத்துச் சுட்டு தீ வைத்து விட்டு அகன்றனர். பின்னர் மீண்டும் திரும்பி வந்து சுட்டுக் கொன்றனர். மனம்பேரி இறுதியில் தலையில் சூட்டுக் காயம் பட்டு இறந்தார்.

1990 முதல் 2002 வரை, வடக்கிலும் கிழக்கிலும் பாதுகாப்புப் படையினரால் பல தமிழ் பெண்கள் பாலியல் பலாத்காரம் செய்யப்பட்டதை இலங்கை சிவில் சமூக அமைப்புகள் துணிந்து கூறின. இலங்கையின் மூன்று தசாப்த கால உள்நாட்டுப் போரில் பாலியல் வன்முறை பரவுவதை மதிப்பிடுவதற்கு முறையான கணக்கெடுப்பு எதுவும் மேற்கொள்ளப்படவில்லை என்றாலும், ஐ.நா.வின் பல்வேறு சிறப்பு வழிமுறைகள், மனித உரிமை அமைப்புகள், ஊடகங்களின் வழக்கமான அறிக்கைகள் பாலியல் துன்புறுத்தல்கள், வன்புணர்வுகள், துஷ்பிரயோகங்கள் நடைபெற்றதற்கான ஆதாரங்களை வைத்துள்ளன.

பாலியல் வன்முறைகள், இலங்கை பாதுகாப்புப் படையினரால் செய்யப்பட்ட ஏனைய கடுமையான துஷ்பிரயோகங்களைப் போலவே, ஆழமாக வேரூன்றிய தண்டனையின் பின்னணியில் செய்யப்பட்டன. எவ்வாறாயினும், ஒரு அடையாள வழக்கு பொதுமக்களின் கவனத்தை ஊக்குவித்து, இறுதியாக குறைந்த அளவிலான இலங்கை இராணுவ வீரர்களையும் காவல்துறை அதிகாரிகளையும் கைது செய்யவும், வழக்குத் தொடரவும் வழிவகுத்தது. செப்டம்பர் 1996 இல், 18 வயதான கிருஷாந்தி குமாரசாமி யாழ்ப்பாணத்திற்கு அருகிலுள்ள சோதனைச் சாவடியில் பாலியல் பலாத்காரம் செய்யப்பட்டு கொலை செய்யப்பட்டார். அவரைத் தேடிச் சென்ற குமாரசாமியின் தாய், சகோதரர், அயலவர் ஆகியோரும் கொல்லப்பட்டனர். இந்த வழக்கில் ஆறு கீழ் மட்ட பணியாளர்கள் உயர்நீதிமன்றத்தால் தண்டிக்கப்பட்டனர். உச்சநீதிமன்றத்தில் மேல்முறையீடு செய்யப்பட்டதன் மூலம் தண்டனைகள் உறுதி செய்யப்பட்டன. விசாரணைகளில் யாழ்ப்பாணத்தில் உள்ள புதைகுழிகள் பற்றிய தகவல்கள் வெளிவந்தன. 400 தமிழர் உடல்களைப் புதைத்திருந்த செம்மணிப் புதைகுழியைத் தோண்டுவதற்கு இந்த விசாரணைகள் வழிகாட்டின.

பல பிற நிகழ்வுகளில், குற்றவாளிகள் பொறுப்புக்கூறலுக்கான அனைத்து முயற்சிகளையும் தவிர்க்க முடிந்தது. அரசியலமைப்பு வைத்தியம் தண்டனை வைத்தியம் போல பயனற்றது என்பதை நிரூபித்தது. யாழ்ப்பாணத்தைச் சேர்ந்த 27 வயதான தமிழ் பெண் யோகலிங்கம் விஜிதாவுக்கு ஒரு அடிப்படை உரிமை விண்ணப்பத்தில் இழப்பீட்டுச் செலவுகளை வழங்குமாறு

இலங்கை உச்ச நீதிமன்றம் உத்தரவிட்டதுடன் நீதிமன்றக் கதவுகளைச் சாத்தியது.

1997ஆம் ஆண்டு மார்ச் 17ஆம் தேதி, வேலன் ராசம்மாவும் அவரது சகோதரி வேலன் வசந்தாவும் மட்டக்களப்பு மாவட்டம், மயிலம்பாவெளி காலனியில் உள்ள வீட்டில், பாலியல் பலாத்காரம் செய்யப்பட்ட சம்பவத்தில் உள்ளூர் பாதுகாப்புப் படை உறுப்பினர்களுக்கும், தளபதிக்கும் கூட்டுத் தொடர்புகள் இருப்பதாகப் புகார்கள் தெரிவிக்கப்பட்டன. ஆனால் வழக்குகள் எதுவும் தொடங்கப்படவில்லை. கல்முனையில், முருகேசுபிள்ளை கோணேஸ்வரி தனது வீட்டில் இருந்த மரக்கட்டைகளை காவல்துறை உறுப்பினர்கள் திருடியதாகப் புகார் கூறியதையடுத்து உள்ளூர் காவல்துறை அதிகாரிகளால் துன்புறுத்தப்பட்டார். மே 17, 1997 அன்று, பொலிஸ் அதிகாரிகள் அவரது வீட்டிற்குள் நுழைந்து குழந்தைகள் முன்னிலையில் பாலியல் பலாத்காரம் செய்தனர். அவரது பிறப்புறுப்பில் வெடித்த ஒரு கையெறி குண்டு அவரது மரணத்திற்குக் காரணமாக அமைந்தது. இந்தக் குற்றத்திற்காக யாரும் தண்டிக்கப்படவில்லை. இவை சில உதாரணங்கள் மட்டுமே.

போதிய அளவில் விசாரிக்கப்பட்டு வழக்குத் தொடரப்பட்ட பிற வழக்குகளில் 1999இல் ஐடா கமாலிற்றா கூட்டுப் பாலியல் வன்புணர்வு, கொலை, 2001 மன்னாரில் விஜிகலா நந்தகுமார், சிவமணி வீரகூன் ஆகிய இரு பெண்களை பாலியல் பலாத்காரம் செய்தது ஆகியவை அடங்கும். சில வழக்குகள் இன்னமும் நடைபெறுகின்றன. முன்னேற்றம் மெதுவாக உள்ளது. 2010 ஜூன் மாதம், விஸ்வமடுவில் பாதுகாப்புப் படையினர் ஒரு பெண்ணை அவரது வீட்டிலேயே பாலியல் வன்புணர்வு செய்தனர். பாதிக்கப்பட்டவரும் ஒரு சாட்சியும் குற்றவாளிகளை அடையாளம் காண முடிந்தாலும், வழக்கறிஞர் வழக்கை முன்னோக்கி நகர்த்துவதில் மெதுவாக இருக்கிறார் அல்லது அஞ்சுகிறார். சாட்சியும் பாதிக்கப்பட்டவரும் காவல்துறையினதும் இராணுவத்தினரினதும் மிரட்டல்களுக்கு உள்ளாவது இத்தகைய வழக்குகள் அனைத்திலும் ஒரு பொதுவான அம்சம். பல ஆண்டுகளாக ஒரு வரைவு நிலுவையில் இருந்தாலும் பாதிக்கப்பட்டவர்களையும்

சாட்சிகளையும் திறம்பட பாதுகாக்க இலங்கை இதுவரை ஒரு சட்டத்தை இயற்றவில்லை.

ஒரு பொது விதியாக, பாதுகாப்புப் படையினரால் மேற்கொள்ளப்பட்ட பாலியல் வன்முறைகள், பலாத்காரங்கள், துஷ்பிரயோகங்கள் தொடர்பான வழக்குகள் மோசமாக விசாரிக்கப்பட்டுள்ளன அல்லது தொடரப்படவில்லை. பாலியல் பலாத்காரத்தின் புகார்கள், சித்திரவதை தொடர்பான பிற புகார்களைப் போலவே, பெரும்பாலும் காவல்துறை, நீதிபதிகள் அல்லது மருத்துவர்களால் திறம்பட கையாளப்படுவதில்லை. குற்றவியல் விசாரணை செயல்முறையின் ஆரம்ப கட்டங்களில் உள்ள பலவீனங்கள் வன்புணர்வு, பிற பாலியல் வன்முறைச் செயல்களின் விசாரணைகளின் இறுதி சரிவுக்குப் பலமுறை பங்களித்தன.

2009, மே மாதம் இலங்கை இராணுவத்திற்கும் விடுதலைப் புலிகள் அமைப்புக்குமான இறுதிப் போரில் நந்திக்கடலில் சதுப்பு நிலத்தில் நான்கு சிங்கள இராணுவ வீரர்கள் சூழ அரை நிர்வாணமாக அமர்ந்திருந்த 27 வயது இசைப்பிரியாவைக் காண்பிக்கும் ஒளிப்படங்ளையும் காட்சிகளையும் பிரிட்டன் சேனல் 4 நிகழ்ச்சியில் பார்த்தபோது உலகமே அதிர்ச்சிக்குள்ளானது. விடுதலைப் புலிகள் அமைப்பின் தொலைக்காட்சித் தொகுப்பாளரான இசைப்பிரியா சரணடைந்த பின்னர் பாலியல் வன்புணர்வு செய்து கொல்லப்பட்டதானது மூன்று தசாப்தகாலப் போரியல் வரலாற்றில் பெண் உடலை இலங்கை இராணுவம் கையாண்ட விதத்திற்கு மாபெரும் சாட்சியானது.

இவை, போர்க்கால வன்முறையின் ஒரு குறிப்பிட்ட வடிவத்தைக் காட்டுபவை மட்டுமல்ல, பாலியல் வன்முறைகளில் ஈடுபடும் குழுக்களின் எண்ணங்களின் தத்துவார்த்தக் கட்டமைப்பும் கூட்டு மனமும் சிறுபான்மை பெண்கள், ஒடுக்கப்பட்ட இனத்துப் பெண்களின் உடல்களின் மீது அத்துமீறும் உரிமைகளில் தாக்கங்களைக் கொண்டுள்ளது. பாலஸ்தீனியர்களுக்கு எதிராக இஸ்ரேல் தொடர்ந்து உருவாக்கும் வன்முறையின் பின்னணியில் சியோனிஸ்டுகளால் உருவாக்கப்பட்ட மனிதநேயமற்ற இதேபோன்ற மோசமான உருவங்களின் ஒரு பகுதியே முஸ்லிம் ஆண் “பாலியல்

வன்புணர்வாளர்கள்". அமெரிக்க இனவெறி கண்டுபிடித்த "கறுப்பின வன்புணர்வாளர்கள்" என்பதற்கு இணையான ஒரு பகுதி.

போர் காலத்தில் பெண்கள் பாலியல் பலாத்காரம் செய்யப்பட்டது வரலாறு முழுவதும் நிகழ்ந்துள்ளது. உண்மையில், பாலியல் வன்புணர்வு நீண்டகாலமாக ஒரு துரதிர்ஷ்டவசமான ஆனால் தவிர்க்கமுடியாத போராக கருதப்பட்டதையே வரலாற்று உதாரணங்கள் காட்டுகின்றன. நீண்டகாலமாக எல்லையில் இருக்கும் துருப்புக்களின் பாலியல் இழப்பினதும், போதாமையான இராணுவ ஒழுக்கத்தின் விளைவாகவும் இந்த வன்புணர்வுகளைக் கருதும் ஆய்வுகளும் இருக்கின்றன. இரண்டாம் உலகப் போரின்போது நேச நாட்டுப் படைகள் எதிரி குடிமக்களை அச்சுறுத்துவதற்கும் எதிரி துருப்புக்களைத் தாழ்த்துவதற்கும் ஒரு வழிமுறையாகப் பாலியல் வன்புணர்வுகளைச் செய்தபோது, போரின் ஆயுதமாக அதன் பயன்பாடு பயங்கரமாக நிரூபிக்கப்பட்டது. ஜப்பானிய இராணுவத்தால் கைப்பற்றப்பட்ட பிரதேசங்களில் பெண்களை பாலியல் ரீதியாக அடிமைப்படுத்தியது, ரஷ்ய வீரர்களை முன்னேற்றுவதன் மூலம் ஜேர்மன் பெண்களுக்கு எதிரான வெகுஜன பாலியல் வதை ஆகியவை மிக மோசமான எடுத்துக்காட்டுகள்.

20ஆம் நூற்றாண்டின் இரண்டாம் பாதியில், 20 க்கும் மேற்பட்ட இராணுவ, துணை இராணுவ மோதல்களில் பாலியல் வன்புணர்வு வழக்குகள் ஆவணப்படுத்தப்பட்டுள்ளன. 1990களில், முன்னாள் யூகோஸ்லாவியாவில் இன அழிப்புக்கான கருவியாகவும், ருவாண்டாவில் இனப்படுகொலைக்கான வழிமுறையாகவும் பாலியல் வன்புணர்வு பயன்படுத்தப்பட்டது. அடிமைப்படுத்தப்பட்ட இனக்குழுக்களைச் சேர்ந்த பெண்கள் வேண்டுமென்றே எதிரிப் படையினரால் வன்புணர்ச்சி மூலம் செறிவூட்டப்பட்டனர். துட்ஷி இனத்தைச் சேர்ந்த பெண்கள் எச்.ஐ.வி நோயால் பாதிக்கப்பட்ட ஆண்களைக் கொண்டு பாலியல் பலாத்காரம் செய்யப்பட்டனர்.

20ஆம் நூற்றாண்டின் பிற்பகுதியில், பால்கன் – ருவாண்டா மோதல்களில் பாலியல் பலாத்காரம் அதிகமாக இருந்ததால், சர்வதேச சமூகம் பாலியல் பலாத்காரம், துஷ்பிரயோகங்களைப்

போரின் ஒரு ஆயுதமாகவும் மூலோபாயமாகவும் அங்கீகரிக்கத் தொடங்கியது. 1977இல், ஜெனீவா உடன்படிக்கையின் 27 வது பிரிவு, போரின் போது பொதுமக்கள் பாதுகாப்போடு தொடர்புடைய விதியில், பெண்களைப் பாதுகாக்கும் முன்மொழிவை உள்ளடக்கியது.

மோதல் தொடர்பான பாலியல் வன்முறை என்பது புராண காலத்தின் அட்டூழியம் என்றும், இன்றைய உயர் தொழில்நுட்ப யுகத்தில் யுத்த பேராயுதங்களில் ஒன்றாக பாலியல் இனிப் பயன்படுத்தப்படாது என்றும் கற்பிக்கப்படும் சமகாலப் போக்கும் கவனிக்கத்தக்கது. ரகசியத்தையும் களங்கத்தையும் முழுமையாக மூடி மறைப்பதற்கான ஒரு போர்வையைத் தயார் செய்யும் ஒரு உத்தி மட்டுமே இது. இது கூட்டு மனசாட்சியின் கறையைப் பிரதிபலிக்கின்றது.

பர்மா, மாலி, மியன்மார், ஈராக், சிரியா, ஆப்கானிஸ்தான், காஷ்மீர், பாலஸ்தீன், ருவாண்டா, தென் சூடான், சூடான், பொஸ்னியா, சியரிலியோன், கெயிட்டிலும், கிழக்குத் திமோரிலும் இன்னும் பல நாடுகளிலும் பாலியல் வல்லுறவு என்கின்ற கறைபிடித்த வரலாறு தொடர்கின்றது. 1990இல் குவைத் பெண்கள் ஈராக்கியத் துருப்புகளால் பாலியல் வல்லுறவு செய்யப்பட்டார்கள். ஈராக்கை அமெரிக்க இராணுவம் ஆக்கிரமித்தபோது ஈராக் பெண்கள் அதே நிலைக்கு அகப்பட்டார்கள். பொஸ்னியப் பெண்களை சிறைப்பிடித்து அடைத்து வைத்திருந்து கருவுறச் செய்தபிறகு, “இனக்கலப்பு முடிந்துவிட்டது. பொஸ்னியர்களின் தூய்மையைக் கெடுத்துவிட்டோம்” என்று சேர்பிய இராணுவம் சொன்ன கூற்று மோதலில் பாலியல் வன்முறையின் ஓட்டுனர்களைப் புரிந்துகொள்ளவும் பாலின இயக்கவியலைப் புரிந்துகொள்ளவும் இடமளிக்கிறது.

எந்தவொரு குழுவினருக்கும் எதிராக சமன் செய்யக்கூடிய மோசமான ஒன்றாகப் பாலியல் வன்புணர்வு ஆயுதம் கையிலெடுக்கப்படுகின்றது. இனரீதியாகவும், மத ரீதியாகவும் சமூகத்தை அவதூறு செய்வதற்கான நியாயமான ஆயுதமாகப் பெண் உடல்களைக் கையாளும் முதலாளித்துவ அதிகாரவர்க்கத்தின் மிருகத்தனமான ஒழுங்கமைப்பு ஒரு நிலையான தன்மையுடன் உலகெங்கும் பரவியிருக்கிறது.

பாலுறவு, பாலியல் அடையாளம் பற்றிய மெதுவான ஆரம்பங்களும் தத்துவார்த்த வறட்சிகளும் பெண்கள் இயக்கத்திற்குள் உள்ள பலவீனங்கள், விவாதங்கள் நமது பாலியல் கலாச்சாரத்தின் விளைவாக பெண்களை ஆண் பாலியல் பலாத்காரம் செய்வதற்கான பார்வையையே இன்றளவும் நிறுவுவனவாக உள்ளன. பாலியல் வன்புணர்வு, துஷ்பிரயோகம் போன்ற பெண்களுக்கு எதிரான அனைத்து ஒடுக்குமுறைகளையும் முதலாளித்துவம், அந்நியப்படுத்தலின் கட்டமைப்புகளின் விளைவு என்றே பார்க்க வேண்டியுள்ளது.

பெண்களின் விடுதலைக்காக போராடும் அனைவருக்கும் தெரியும், பாலியல் வன்கொடுமைகள், வீட்டு வன்முறைகள் ஆகியவை பெண் அடக்குமுறையின் மிக மோசமான வெளிப்பாடு. உலகெங்கிலும் - அவை பெண்களின் குறைந்த சமூக அந்தஸ்து, பெண்களின் உடல்களின் பாலியல் புறநிலைப்படுத்தல், மனிதநேயமயமாக்கல் ஆகியவற்றுடன் பிரிக்க முடியாத வகையில் இணைக்கப்பட்டுள்ளன. ஆயினும்கூட, சட்ட, சட்ட அமலாக்க அமைப்புகள், பல்கலைக்கழக நிர்வாகிகள், முதலாளித்துவ சமுதாயத்தில் "வழக்கமான ஞானம்" என்று அழைக்கப்படுபவை அனைத்தும் பெண்கள் பாலியல் பலாத்காரம் செய்யப்பட்டதாக அல்லது பாலியல் வன்கொடுமைக்கு ஆளானதாகக் கூறும்போது நம்ப மறுப்பதற்கு முன்கூட்டியே தயாராக உள்ளன. இதனை மீடூ இயக்கம் மிக அழகாக வெளிச்சம்போட்டுக் காட்டியது.

ஏகாதிபத்தியத்தியத்தையும் போரையும் போலவே, ஒடுக்குமுறையும் மூலதன ஆட்சியின் அவசியமான ஒரு தயாரிப்பாகும். சுரண்டல் என்பது ஆளும் வர்க்கம் உபரி மதிப்புள்ள தொழிலாளர்களைக் கொள்ளையடிக்கும் முறை. பல்வேறு வகையான அடக்குமுறைகள் (பாலியல், இனவாதம், எல்ஜிபிடி) சிறுபான்மையினரின் மேல் பெரும்பான்மை ஆட்சியை உலகளாவிய அளவில் பராமரிப்பதில் முதன்மை பங்கு வகிக்கின்றன.

நிச்சயமாக, பாலியல் வன்கொடுமைகள் ஒட்டுமொத்தமாக "அமைப்பால்" ஏற்படுத்தப்படுவதில்லை, மாறாக தனிப்பட்ட நபர்களாலே ஏற்படுத்தப்படுகின்றது. ஆயினும்கூட, பெண் அடக்குமுறை தனிப்பட்ட நபர்களிடமிருந்து தோன்றவில்லை.

இது பாரம்பரிய குடும்ப அமைப்பு, சட்ட அமைப்பு, பெண்களை இரண்டாம் தர குடிமக்களாக வரையறுக்கும் பிற சமூகக் கட்டமைப்புகளின் மேலே இருந்து ஒழுங்கமைக்கப்பட்ட நிறுவன ஏற்றத்தாழ்வுகளிலிருந்து உருவாகிறது. முதலாளித்துவ அமைப்பை விலக்கினால் மட்டுமே அது தனிப்பட்ட மட்டத்தில் முடிவுக்கு வர முடியும்.

பொலிஸ் உட்பட்ட பிற சட்ட அமலாக்கப் பிரிவுகள் அனைத்தும் முதலாளித்துவ அரசின் ஆயுதப் பிரிவாகவும் முகவர்களாகவும் செயல்படுகின்றன, வர்க்க வேறுபாடு, சமூக சமத்துவமின்மையைப் பராமரிக்கும் சட்டங்களை அமல்படுத்துகின்றன.

ஒரு பாலியல் குற்றச்சாட்டை ஆராய்ந்து அது "ஆதாரமற்றது அல்லது பொய்" என்று முதலாளித்துவ அரச முகவர்களால் இலகுவாகக் கூறிவிட முடியும். ஆனால் "ஆதாரமற்றது " என்பது "பொய்" என்ற அர்த்தமல்ல என்பதையும், இது பாலின நிலைப்பாடுகளால் பாதிக்கப்படக்கூடிய ஒரு முடிவு என்பதையும் நிரூபணம் செய்வதற்கான சந்தர்ப்பங்கள் பாதிக்கப்பட்ட பெண்களுக்கு மறுக்கப்படுகின்றன.

1960 களின் பிற்பகுதியிலும் 1970 களிலும் பெண் விடுதலை இயக்கம் இந்த அனுமானங்களுக்கு சவால் விடுத்தது. ஆயினும் சட்டங்களும் சட்ட அமலாக்கக் கருத்துக்களும் ஒரு நூற்றாண்டுக்கு முந்தைய அதே கட்டுக்கதைகளைத் தழுவிக்கொண்டே இருக்கின்றன. "உண்மையான" பலாத்காரம் ஒரு அந்நியன் புதரிலிருந்து வெளியேறும்போது அன்றி தெரிந்தவர்கள் அல்லது குடும்ப உறுப்பினர்களிடையே பெண்களின் பாலியல் வன்கொடுமை கூற்றுக்கள் அவநம்பிக்கையானவையாகவே கருதப்படுகின்றன.

ஏனென்றால் பெண்கள் பெரும்பாலும் சில வழிகளில் ஆடை அணிவதன் மூலமோ, ஊர்சுற்றுவதாலோ, சொற்களற்ற சமிக்ஞைகளை அனுப்புவதன் மூலமோ "இல்லை" என்று சொன்னாலும் "ஆம்" என்று அர்த்தம் கற்பிக்கப்பட்டோ பாலியல் வன்புணர்வு அல்லது துஷ்பிரயோகங்களுக்குப் பொறுப்பாளிகளாக்கப்படுகின்றனர். உடல் ரீதியாக "எதிர்த்தனர்" என்பதற்கான உறுதியான ஆதாரங்களை வழங்க

முடியாவிட்டால் பெண்களைச் சமூகம் நம்புவதற்கில்லை, முன்னர் உடலுறவில் ஈடுபட்டதாக பாலியல் வரலாறுகள் காட்டினால் அவர்கள் நம்பத்தகாதவர்கள், ஒழுக்கமற்ற பெண்கள் போன்ற குற்றங்களின் பட்டியல் நீண்டு கொண்டே செல்லும்.

இந்த அணுகுமுறைகள், மேலே விவரிக்கப்பட்டதைப் போலவே, பாலியல் வன்கொடுமையில் நைந்துபோன சட்டரீதியானதும் சட்ட அமலாக்கக் கருத்துக்களினதும் கணிசமான ஒரு பகுதியைக் குறிக்கிறது. பாலியல் வன்கொடுமை குறித்த பெண்களின் கூற்றுக்களைக் கேலி செய்து அவமதிப்புடன் நிராகரிக்கிறது. இத்தகைய சூழ்நிலைகளைப் பெரும்பான்மையான பாலியல் வன்புணர்வு வழக்குகள் கொண்டுள்ளன.

பாலியல் பலாத்காரம், வன்கொடுமை தொடர்பான பெண்களின் குற்றச்சாட்டுகளுக்கு மிகப் பொதுவான எதிர்வினைகள் என்ன என்பதை நாம் அறிவோம். பிற்போக்குத்தனமான சட்டக் குறியீடுகளும் நடைமுறைகளும் பிரபலமான கலாச்சாரத்தில் ஒரு பரந்த அடிப்படையிலான எதிர்ப்பு இல்லாத நிலையில், "வழக்கமான ஞானம்" என்று அழைக்கப்படுவது சட்ட மற்றும் பிற சமூக "வல்லுநர்களால் வெளிப்படுத்தப்பட்ட தப்பெண்ணங்களை பிரதிபலிக்கிறது" என்று வரலாறு காட்டுகிறது. உயர்நிலைப் பள்ளிகளிலும் கல்லூரி வளாகங்களிலும், பணியிடங்களிலும் இது நிச்சயமாகவே நிகழ்கிறது.

கல்லூரிகளும் பல்கலைக்கழகங்களும் பாலியல் துஷ்பிரயோகங்கள், வன்புணர்வு குற்றச்சாட்டுகளைத் திறமையாக மூடிமறைக்கின்றன. அதே நேரத்தில் தைரியமாக எதிர்த்துச் செயற்படும் இளம் பெண்களை கொடூரமாகத் தவறாக நடத்துகின்றன. பாலியல் பலாத்காரம் செய்யப்பட்ட பின்னர், இதே பெண்கள் தங்கள் சகாக்களால் வெட்கப்படச் செய்யப்படுகின்றனர். ஒழுக்கமற்றவள் என்று அழைக்கப்படும் அவமானத்தை அனுபவிக்கின்றனர்.

1980 களில், தாராளவாத பெண்ணியவாதிகள் "உண்மையான பாலியல் பலாத்காரம்" என்பது இரண்டு அந்நியர்களை உள்ளடக்கியதாக இருக்கும் என்ற கட்டுக்கதையை சவால்

செய்வதில் வெற்றிபெறத் தொடங்கினர். ஆனால் பாலியல் தாக்குதல் நிகழ்வு பற்றிய புரிதல் இருபத்தியோராம் நூற்றாண்டின் தொடக்கத்திலிருந்து தொடர்ந்து உருவாகி வருகிறது. முந்தைய ஆய்வுகள் முந்தைய புள்ளிவிவர பகுப்பாய்வுகள் ஏராளமான சிக்கல்களை வெளியிட்டுள்ளன. முன்னர் ஒப்புக்கொண்டதை விட பாலியல் வன்கொடுமை மிகவும் பரவலாக உள்ளது என்று ஆராய்ச்சியாளர்கள் ஆவணப்படுத்தத் தொடங்கியுள்ளனர்.

பெரும்பாலான முந்தைய ஆய்வுகள் நம்பமுடியாத தரவு அல்லது காலாவதியான அனுமானங்களின் அடிப்படையில் முடிவுகளை எடுத்தன. மேலும், பாலியல் தொடர்பான முந்தைய ஆராய்ச்சிகள் திருநங்கைகளை உள்ளடக்கியிருக்கவில்லை. சமத்துவமான இணையையும் குறுக்குவெட்டு அணுகுமுறைகளையும் வலியுறுத்தும் பெண்ணியக் கொள்கைகள், அதிகார உறவுகளைப் புரிந்துகொள்வதன் முக்கியத்துவத்தையும், பாலின அனுமானங்களையும் கேள்விக்குட்படுத்த வேண்டியது அவசியம்.

பெண்களின் பாலியல் வன்கொடுமை பல நூற்றாண்டுகளாக புறக்கணிக்கப்பட்ட வரலாற்றைக் கொண்டது. இது உலகின் பல நிலைகளில் சகித்துக்கொள்ளப்பட்டிருந்தாலும், பெண்ணிய பகுப்பாய்வு பெண்களின் பாலியல் துஷ்பிரயோகம் குறித்த சிந்தனையை புரட்சிகரமாக்குவதற்கு நீண்ட தூரம் சென்றுள்ளது. பாலியல் வன்கொடுமை பாலின விதிமுறைகளில் வேரூன்றியுள்ளது என்பதையும் சமூக, சட்ட மற்றும் பொது சுகாதாரத்திற்கு தகுதியானது என்பதையும் நிரூபிக்கிறது.

கவனிக்கப்படாத ஒரு பகுதியாக இருக்கும் ஆண் பாலியல் வன்கொடுமை பற்றியும் கவனம் செலுத்துவதன் மூலம் இந்த முக்கியமான மரபுகளை உருவாக்க முடியும். ஆண் பாலியல் வன்கொடுமை தொடர்பான பல சமீபத்திய கண்டுபிடிப்புகளை நாம் புதிதாக எதிர்நோக்குகிறோம். அதைச் சுற்றியுள்ள தொடர்ச்சியான தவறான புரிதல்களுக்கான விளக்கங்களை ஆராய்கிறோம்.

முதலாளித்துவத்தால் திணிக்கப்பட்ட "ஆதிக்கம் செலுத்தும் ஆண்", "அடிபணியும் பெண்" ஆகிய கடுமையான

மோசமான பாலின இலட்சியமானது ஆண்களைப் பாலியல் பலாத்காரம் செய்யவோ அல்லது பாலியல் வன்கொடுமைக்கு உட்படுத்தவோ முடியாது என்ற பொதுவான அனுமானத்திற்கு வழிவகுத்தது. ஆண்கள் பெண்களை விட குறைவாக அதிர்ச்சிக்குள்ளாகின்றவர்கள் ஏனென்றால் அவர்கள் எளிதில் "உணர்ச்சிவசப்படாதவர்கள்" ஆகிய தவறான சித்திரங்கள் வலிமையான விம்பங்களால் ஆண்களை அலங்கரித்தன.

பாலினம், பாலியல் பற்றிய சமூக அணுகுமுறைகள் சமீபத்திய ஆண்டுகளில் கணிசமாக மாறத் தொடங்கியுள்ளன. இன்னும் மிக நீண்ட தூரம் செல்ல வேண்டியிருந்தாலும், எல்ஜிபிடி (LGBT) உரிமைகளுக்கான போராட்டம் பாலின நிலைப்பாடுகளை உடைக்கத் தொடங்கியுள்ளது, குறிப்பாக இளைஞர்களிடையே.

அதிகாரக் கட்டமைப்புகளைத் தகர்த்துக் கொண்டு பீறிட்டு எழும் பெண்ணிய எழுத்துக்களும் இயக்கங்களும் பெண் உடல் மீதான அத்துமீறல்களைக் காலத்துக்குக் காலம் சவால் செய்து எதிர்ப்பு வடிவங்களை வலுப்படுத்தியிருக்கின்றன. பெண்ணுரிமைகளுக்கான போராட்டங்கள் நீண்ட வரலாறுகளைக் கொண்டவை. கண்டங்களுக்குக் கண்டம், தேசத்திற்குத் தேசம் இந்த வரலாற்று இயல்புத்தன்மைகளும் பண்புகளும் மாறி வந்திருக்கின்றன. தெற்காசியாவில் குறிப்பாக இந்தியா, இலங்கை நாடுகளில் அதிகாரத்திற்கு எதிரான எதிர்ப்பு வடிவம் பெண் உடலைக் கௌரவப்படுத்தும் ஒரு நிலையை இன்னமும் எட்டவில்லை.

இந்த நாடுகளில் "எங்கள் விருப்பத்திற்கு எதிராக" என்று பெண்களின் குரல்கள் ஓங்கி ஒலிக்கத்தக்க பெண் அடக்குமுறைக்கு எதிரான போராட்ட வடிவங்கள் இல்லை. சாதி, வர்க்க, மத, ஆதிக்கங்கள், முதலாளித்துவ அதிகார அடக்குமுறைக்கு எதிரான போராட்ட அல்லது எதிர்ப்பு வடிவங்களைத் தீர்மானிக்கும் இடத்தைப் பெறுகின்ற பெண்ணின் உடலே அத்துமீறலிலிருந்து தற்காத்துக் கொள்ளும் அல்லது நானும் பாதிக்கப்பட்டேன் (மீ டூ) என்று உரத்துச் சொல்லும்.

13, ஏப்ரல் 2021

ஹேர் ஸ்டோரிஸ் இணையம்

மதங்களின் அரசியலும் பெண் கவிதைகளும்

அன்னா அக்மதோவா இருபதாம் நூற்றாண்டின் தலைசிறந்த ருஷ்யக் கவிஞர்களின் ஒருவர். சோவியத் குடியரசில் லெனின் கிராடு முற்றுகைக்குப் பிறகு பல்வேறு விதமான தாக்குதல்களுக்கு முகம் கொடுத்தவர். கலை கலாசாரக் காவலர்களால் அச்சுறுத்தப்பட்டு பாதுகாப்புக் காவலர்களின் தொடர்ச்சியான கண்காணிப்பில் கட்டாயமாக வாழ நிர்ப்பந்திக்கப்பட்டிருந்தார்.

இப்படியான அடக்குமுறைக்குள் வாழ்ந்த அக்மதோவா இறந்தபோது பல்லாயிரம் இளைஞர்கள் அவரது இரங்கல் கூட்டத்திற்காக தேவாலயத்தில் ஒன்றுகூடுகின்றனர். ஏன்? ருஷ்ய மக்களுக்கு அவர் என்ன செய்துவிட்டார் என்பதற்காக மக்களும் இளைஞரும் அவர் அஞ்சலிக் கூட்டத்திற்கு திரண்டனர்?

ஏனென்றால் அவர் ருஷ்யாவின் மனசாட்சியாக வாழ்ந்தார். தனக்கு எதிரான அத்தனை அடக்குமுறைகளையும் தாங்கிக் கொண்டு விடாப்பிடியாக எழுதினார். அடக்குமுறையின் சாட்சியமாகக் கவிதைகளைப் படைத்தார். வாழ்ந்த மண்ணுக்கு வாழப்போகிற சந்ததிகளுக்கு தனது கவிதைகளால் மகத்தானப் பணியைச் செய்திருந்தார் அன்னா அக்மதோவா.

இப்படி அன்னா அக்மதோவா மட்டும் கிடையாது. இவர் ஒரு துளிதான். உலகம் பூராகவும் அடக்குமுறைக்கும் அடிப்படைவாதத்திற்கும் எதிராக பெண் படைப்பாளிகள் போராடி

வந்திருக்கிறார்கள். இதன் நீட்சியாக நம்முடைய காலத்தில் பெண் படைப்பாளிகளுக்கு எதிரான போரை நாம் பார்க்கிறோம். இந்தப் போர் முடியக்கூடிய ஒன்றில்லை. எப்படி இந்தப் போர் முடியக்கூடியதில்லையோ, அப்படியே இதற்கான போராட்டம் என்பதும் முடியக்கூடியதில்லை.

மதங்களின் அரசியல் என்பதைவிட அரசியலில் மதங்கள் பயன்படுத்தப்படுவதைப் பற்றிய உரையாடல் தேவைப்படுகின்ற ஒரு சூழல் இது.

பௌத்தம், இந்து, கிறிஸ்தவம், இஸ்லாம் ஆகிய எல்லா மதங்களின் பெயராலும் தூய்மை வாதத்தை மறைபொருளாகக் கொண்டு உலகம் பூராகவும் போரும் வன்முறைகளும் நடக்கின்றன. போர் பல்லாயிரம் உயிர்களைப் பழி கொள்கிறது. குழந்தைகள் பெண்கள் மீது வன்முறைகளை ஏவுகின்றது. மனித உடல்களை குண்டுகளால் நிரப்பி வெடிக்கச் செய்கிறது. ஆயுதக் கடத்தல், போதைப் பாவனை, சிசுக்கொலை, பாலியல் வன்புணர்வு, பெண் வியாபாரம் – என எல்லா இன்னோரன்ன அயோக்கிய நிலைகளுக்கும் உலகை இட்டுச் செல்கிறது.

இதெல்லாம் எதன் பொருட்டாக நடக்கிறது.? மத அடிப்படைவாதம் எதன் பெறுபேறு? சமாதானத்தைப் போதிப்பதாகச் சொல்லிக் கொண்டு அதே மதத்தின் பெயரால் வன்முறை செய்கிற மனிதர்களின் பிரச்சினை அல்லது தேவைதான் என்ன? இந்தக் கேள்விகளுக்கான பதில்களைத் தேடிப்புறப்படுகின்ற ஒவ்வொரு மனித தன்னுணர்வாளரையும் வெட்கிக்கச் செய்கிற வலை கண்ணெதிரே விரியும். அவசர தொழில்நுட்ப யுகத்தில் சிந்திப்பதற்கு எங்கே நமக்கு நேரம்?. யாராவது சொல்வதைக் கேட்டு அல்லது ஊரோடினால் ஒத்தோடி வாழ்வதுதானே இலகுவானது, பாதுகாப்பானது. இந்த மனோபாவம் எந்தவொரு ஆதிக்க சக்தியும் நமக்குள் எளிதாக புகுந்துவிடுகிற வல்லமையைப் பெற்றுவிடுகின்றது.

மதங்கள் குறித்த தெளிவற்ற போக்கு, மதங்கள் பற்றிய தெளிவான விரிவான வெளிப்படையான கலந்துரையாடல்களைப் பொதுவெளியில் நிகழ்த்துவதில் இருக்கிற தடைகள் இவையெல்லாம்தான் மதத்தின் பெயரால் செய்யப்படுகின்ற அரசியலுக்கான இடத்தை ஏற்படுத்துகின்றன.

பிறப்புக்கு முன்பும் இறப்புக்கும் பின்புமான நம்பிக்கைகளில் வெகுமக்களுக்கு இருக்கக்கூடிய தெளிவற்ற / நிரூபணம் செய்ய முடியாத இடைவெளிகளில்தான் வடிவமைக்கப்பட்ட கூறுகள் மதங்களுள் நுழைந்துள்ளன. இறப்புக்குப் பின்னரான வாழ்வுதான் வாழ்வின் பிரதிபலன், ஆன்ம ஈடேற்றம் - என்பதாக மக்களை நம்பச் செய்வதில் மதங்கள் அடைந்த வெற்றியே மனிதர்களை அடிப்படைவாதிகளாக்கியிருக்கிறது. வானுலகை / ஆன்ம ஈடேற்றத்தை அடைவதுதான் லௌகீக வாழ்வு, - மதங்களைக் கறைபடாமல் காக்கிறவன்தான் இதை அடைய முடியும் என்கிற நிரூபணமற்ற நம்பிக்கை மனிதத்தைச் சூனியமாக்குகிறது. மதமும் வானுலக வாழ்க்கை குறித்த நம்பிக்கையும் விடுதலையை வழங்கவேண்டிய வாழ்விலிருந்து திசை திருப்புகின்றன.

இந்த நூலிடையின் திருப்பத்திலேதான் அரசியல் நுழைகிறது. முதலாளித்துவத்தின் வழிநடத்துகையிலான இந்தப் போர் மக்களின் அறியாமை மீது நிகழ்த்தப்படுகின்ற போர்.

ஆஃப்கான் பெண்களின் வாய்மொழிப் பாடல்களையும் கவிதைகளையும் "லண்டாய்" என்ற பெயரில் ச. விசயலட்சுமி தமிழில் மொழிபெயர்த்துத் தொகுத்துள்ளார். வல்லரசுகள் ஆயுதக் குழுக்களின் உற்பத்தித் தொழிற்சாலையாக இருந்துள்ளதை - குறிப்பாக இஸ்லாம் தீவிரவாதத்தை உலகளவில் பரப்புரை செய்வதில் அமெரிக்காவின் பங்கு எத்தகையது என்பது இந்தத் தொகுப்பில் சொல்லப்பட்டுள்ளது.

உலகில் பெரும்பாலான அரசியல் - மத அடிப்படை வாதத்தினால், ஏகாதிபத்திய அடிப்படைவாதத்தினாலுமே உறுதியடைந்திருக்கின்றன.

யூடாஸிஷம் இல்லையென்றால் இஷ்ரேல் சரிந்துவிடும்.. இஸ்லாம் இல்லையென்றால் பாக்கிஸ்தான் சரிந்துவிடும். இஸ்லாமும் இஸ்லாம் சட்டங்கள் ஆகப் பார்க்கப்படுகின்ற ஷரீஆ இல்லையென்றால் சவூதி போன்ற வளைகுடா நாடுகள் வீழ்ந்து போகும். பௌத்தம் இல்லையென்றால் தாய்வானின்/இலங்கையின் முகம் எப்படியாக இருந்திருக்கும்? ஐரோப்பாவிலும் மேற்குலகிலும் ஏகாதிபத்திய

அடிப்படைவாதம் இல்லையென்றால் அதன் அரசியல் முகத்தை சர்வதேசம் பார்த்திருக்க முடியுமா?

ஆக, ஏகாதிபத்தியம் முடிவு செய்கிற அரசியலுக்கு மதங்கள் இலக்காகியுள்ளன. மூன்றாம் உலக நாடுகளில் அரசியல் நோக்கத்திற்கு உதவும் வகையில் மத வெறி ஊடடப்படுகின்றது. மத இயக்கங்கள் அரசுகளைத் தோற்றுவிக்கின்றன. அரசியலும் அடிப்படைவாதமும் ஒரு புள்ளியிலிருந்து துவங்கிய இரு கோடுகள்.

அடிப்படைவாதம் இரண்டு. ஒன்று மத அடிப்படைவாதம். மற்றையது ஏகாதிபத்திய அடிப்படைவாதம். மத அடிப்படைவாதம் பல கூறுகளைக் கொண்டது. ஒன்று தன்னுடைய மதம் வெற்றி பெற வேண்டுமென்பது. இன்னொன்று ஏனைய மதங்களை அழிக்க வேண்டுமென்பது. இவ்விரு கூறுகளே போர் உருவாக்கத்தின் பிரதான கூறுகள். ஐரோப்பிய மற்றும் மேற்குலக நாடுகள் ஏனைய மதங்களை அழிப்பதை நோக்காகக் கொண்டவை. இந்த ஏகாதிபத்திய நிகழ்ச்சி நிரலில் அகப்படுகின்றவர்கள் அதிகாரப் போட்டியில் மதங்களைப் பகடையாக்கிப் போர் செய்கின்றனர். போர், முதலாளித்துவத்தின் பெறுபேறு. வெற்றி என்கிற ஒரேயொரு ஆதாயத்தை அடைவதே போர்கள் அனைத்தினதும் ஒரே இலக்கு. இதற்குள் சாமானிய மக்களை உள்வாங்க இருக்கக் கூடிய ஒரேவழி மதம் மட்டுமே. முதலாளித்துவ நாடுகளின் வணிகப் பெருக்கத்திற்கும், ஏனைய நாடுகளில் காலூன்றவும் வணிகம் வழி செய்கிறது. ஆக, யுத்தம் வணிகத்தை வளர்க்க உதவுகிறது. *(The Clash of Fundamentalisms: Crusades, Jihads and Modernity By Tariq Ali)*

இரு மனிதர்களுக்கிடையில் சுய நல அக்கறையைத் தவிர வேறெந்த உறவும் இல்லை என்பதாக வாழ்வை மாற்றிவிட்டதில் வணிகம் பெரு வெற்றி கண்டிருக்கிறது. முடிவற்ற ஆதாயத்தை உறுதிப்படுத்திக் கொள்ளும் வணிகத்திற்கு அரசியலும், அரசியலுக்கு வணிகமும் மாறி மாறி உதவுகின்றன. ஏகபோக வணிக நிறுவனங்கள் அரசுகளையும் ஊடகங்களையும் தங்களது கட்டுப்பாட்டிற்குள் கொண்டுவந்து

முழு சமூக, அரசியல் அமைப்பு முறையையும் தங்களது வேலையாளாக மாற்றிவிட்டிருக்கின்றன.

அடிப்படைவாதம் என்பது இங்கே வெறுமனே மதம் சார்ந்த ஒன்றல்ல. அது ஏகாதிபத்திய அரசியல். ஒரு வணிகத்திற்கான முதலீடு. ஒரு நாட்டிற்குள் பிரதேசத்திற்குள் மத வெறியுடன் ஒரு கூட்டம் செயற்படுகின்றதென்றால் அது பல்வேறு அரசியல் பொருளாதார பின்னணிகளின் பாற்பட்டதே.

அடிப்படைவாதம் ஏன் பெண்களை இலக்குவைக்கின்றது? பெண்கள் மீதான அடக்குமுறை முதலாளித்துவத்தினதும், மத அடிப்படைவாதத்தினதும் பிரிக்க முடியாத பகுதி. சமகால மத ரீதியான இயக்கங்களின் அரசியல் ஆதிக்கம் மிக வலியது. இது எப்படியானதென்றால் பெண்களையும் உள்வாங்கிக் கொண்ட வகையில் பெண்களுக்கு அநீதி இழைக்கின்ற முறைமையுடன் கூடியது. இது மிக ஆபத்தானது.

இந்தப் பின்னணிகளின் தெளிவுடன்தான் ஆப்கானிஸ்தான் நாட்டையும் தலிபானியர்களையும் விளங்கிக் கொள்ளமுடியும். ஏகாதிபத்திய அமெரிக்கா, சோஷலிஷ சோவியத் யூனியனிற்கிடையே நடந்த உலகளாவிய பனிப்போரின் ஒரு பகுதியாக சோவியத் படைகள் ஆப்கானிஸ்தானிற்குள் புகுந்தன. மக்கள் ஜனநாயகக் கட்சியின் ஆட்சிக்கு ஆதரவாக சோவியத் யூனியன் இருந்தது. அங்கே மக்கள் சுதந்திரமாக வாழ்கிறார்கள். சிறுமிகள் பள்ளி செல்கிறார்கள். பெண்கள் பணி புரிகிறார்கள். பயணம் செல்கிறார்கள். அரசியலிலும் இருந்தார்கள். சோசலிஷ சோவியத் ஆதரவுடனான ஆட்சியை இஸ்லாம் மதத்திற்கு எதிரானதாகப் பார்த்த முஜாஹிதீன்கள் உள்நாட்டுப் போரில் இறங்குகிறார்கள். பர்தா அணியாத பெண்கள் கொல்லப்படுகின்றார்கள். மக்களுக்கு சுதந்திரமான நிம்மதியை வாழ்வை அளித்ததற்காக அரசர் அமானுல்லா கான் பொது இடத்தில் தூக்கிலிடப்படுகிறார். அமெரிக்க ஆதரவுடன் முஜாஹிதீன்களின் சாம்ராஜ்யம் ஆரம்பமாகிறது. முஜாஹிதீன்கள் ஒரு ஜாஹிலியா ஆட்சியை நிலைநாட்டுகிறார்கள். உள்நாட்டுப் போர் தொடர்கிறது. முஜாஹிதீன்களிடமிருந்து ஆட்சியைக் கைப்பற்ற தலிபானியர்கள் போராடுகிறார்கள். அந்தப் போரில் வெற்றியும் பெறுகிறார்கள்.

மத அடிப்படை நிலை பெற ஏகாதிபத்திய அடிப்படை வாதத்தின் துணை தேவைப்படுகின்றது. அல்லது ஏகாதிபத்தியத்தின் அதிகாரத்தை நிலைநிறுத்த மத அடிப்படைவாதம் தோற்றுவிக்கப்படுகின்றது.

முனை தீட்டிய வாள்களாக மினுங்கிய பெண்கள் உறைகளுக்குள் அடைத்து வைக்கப்படுகின்றனர். உறையிடப்பட்ட வாள்கள் என்பதற்காக அவை கூர் மங்கிப் போய்விடுவதில்லை. அடக்குமுறையில் வாழ்வதற்காகப் பெண்கள் அடிமையாக மாறிவிடுவதில்லை. இஸ்ரேலியப் பெண் கவிஞரான தாஹ்லியா ராவிகோவிச், இஸ்ரேலிய இராணுவத்தினால் அராபியப் பெண்ணொருவர் பாலியல் வன்புணர்வு செய்யப்பட்டதை பதிவு செய்கிற கவிதையில்,

"என்னால் விலகிச் செல்ல முடியும்
எனக்கு நானே சொல்லிக் கொள்கிறேன்..." - என எழுதுகிறார்.

ஈராக்கின் மிகச்சிறந்த ஆண் கவிஞர்கள் பலர் சிறையிலும் பெண் கவிஞர்கள் பலர் ஐரோப்பிய மேற்குலக நாடுகளிலும் அகதிகளாக வாழ்கின்றனர். அடக்குமுறை அரசியலுக்குப் படைப்பாளிகள் எதிரிகள். படைப்பாளியின் மிகப்பிரதான எதிரி அரசியல். இதைத்தான் நைஜீரியக் கவிஞரான கிறிஸ்டோபர் ஓக்சிக்போ கூறுகிறார். *Poetry is not an alternative to living. It is only one way of supplementing life.* கவிதை என்பது வாழ்வுக்கு மாற்றல்ல. வாழ்வைக் குறைநிரப்புவதில் அது ஒரு வழி மட்டுமே......

கிறிஸ்டோபர் ஓக்சிக்போ சொல்கிறபடி தலிபான் பெண்கள் கவிதைகளால் வாழ்வை குறைநிரப்ப முற்பட்டிருக்கிறார்கள்.

கடவுளே, தாலிபான்களின் தாய்மார்களையும்
மகளையும் கொன்றுவிடு,
ஜிகாத்திற்காக அவர்கள் போராடப்போவதில்லை
பிறகு ஏன் தங்கள் சுருள் முடிக்கு
எண்ணெய் பூச வேண்டும்?

தொடர்ச்சியாக இருவேறுபட்ட ஏகாதிபத்திய அடக்குமுறையின் கீழும் மத ஆதிக்கத்தின் கீழும் வாழ்கிற மக்கள் வாழ்வுக்கும் சாவுக்கும் இடைப்பட்ட செயல்கள் அனைத்தும் புனிதப் போர்

புரிவதற்காகவே என்று தலிபானியர்களால் செய்யப்படுகின்ற பிரச்சாரத்தைக் கவிதையில் விமர்சிக்கிறார்கள்.

லண்டாய் நூலில் வருகிற சொலவடைகளும் கவிதைகளும் ஆப்கான் பெண்களின் வாழ்வை கண் முன்னே நிறுத்துகின்றன. கவிதைகளை எழுதுவதற்காகப் பெண்கள் உயிரைத் தியாகம் செய்கிறார்கள். உயிரை அர்ப்பணம் செய்கிறளவு ஆபத்தைத் தேடிக் கொள்கிறார்கள் என்பது மீளமுடியாத துயர வெளிக்குள் ஆழத் தள்ளிவிடுகிறது. சொலவடைகளும் கவிதைகளும் சேரிக்கப்பட்ட விதங்களும் பெண் கவிஞர்களின் மின்னஞ்சல் பரிமாற்றங்களும் இதில் இடம்பெற்றுள்ளன.

ஷஹாரா என்ற பெண் கவிஞர், எழுதிய கவிதைகளின் சில வரிகளைப் படிக்கிறபோது நமக்கு ஏற்படக்கூடிய தார்மீகக் கோபம் பன்மடங்காகுகிறது.

புர்கா அணிந்திருப்பதால் தவறி விழுகிற தனது பாட்டியை ஷஹாரா அவரது கவிதையில் பதிவு செய்கிறார்.

வணிக உலகின் மிகப்பெரிய சந்தைப் பொருளாக மாறியிருக்கிற புர்காவை பெண்கள் அணிந்தேயாகவேண்டும் என்று நிர்ப்பந்திக்கிற நிலை இப்போது சர்வசாதாரணமாகிவிட்டது. இந்த கட்டுரையின் ஓர் இடத்தில் குறிப்பிட்டதுபோல மதஅடிப்படைவாதம் என்ற வலுவான செயற்பாடு பெண்களுக்கு எதிராக இருக்கிற அதே நேரம் பெண்களை உள்வாங்கியதாகவும் உள்ளது.

இலங்கை இந்தியாவில்கூட புர்கா அணிவது, முகத்தைத் திரையிட்டு மறைப்பதெல்லாமும் வலிந்து திணிக்கப்பட்டுள்ளன. இது மத அடிப்படைவாதத்தின் மிகப்பெரிய நிகழ்ச்சி நிரல்களில் ஒன்று. புர்கா இஸ்லாமிய பெண்களின் அடையாள உரித்தாகவே கொள்ளப்படுகின்றது. புர்கா அணியாத பெண்கள் ஆசிட் வீச்சுக்குள்ளாவது ஈரான், சிரியா, ஆப்கானிஸ்தான் போன்ற நாடுகளில் மிகச்சாதாரண நிகழ்ச்சிகள்.

ஒரு பெண் என்ன உடை உடுத்த வேண்டும், எதைப் பேச வேண்டும், எப்படிச் சிரிக்க வேண்டும் என்ற அனைத்தையும்

ஆண்களே தீர்மானம் செய்கின்றனர். அந்தத் தீர்மானங்களுக்கு மதச் சாயத்தைப் பூசுகின்றனர்.

மனித மேம்பாட்டுக்காகக் கொண்டுவரப்பட்ட மதங்கள் இப்போது மதத்திற்காக மனிதன் என்பதாக மாறியுள்ளது.

எல்லா மதங்களும் கடவுளின் பெயரால் இன்னோரன்ன அயோக்கியத்தனங்களைச் செய்கின்றன. சிஷ்டர் ஜெஸ்மியின் ஆமென் என்ற தன் வரலாறு நூலில் மடங்களுக்குள் நடக்கும் ஆன்மீக மீறல்கள், ரகசியக் கொடுமைகள் குறித்து விரிவாக எழுதியுள்ளார். துறவு வாழ்வில் இருக்கிற சுயநலத்தின் கூச்சலே கன்னியாஸ்திரி வாழ்க்கையையும் மடத்தையும் துறப்பதற்கு தன்னைத் தூண்டியதென்கிறார்.

இந்து மதத்தின் சடங்குகளுள் பல வெட்கக்கேடான அறிவுடன் தொடர்பு அற்றதாக பெண்களைப் பொருட்படுத்தாதவையாக இருப்பதைப் பார்க்கிறோம். இந்து மதத்திற்குள் இருக்கின்ற சாதிப் பாகுபாடுகள் பெண்களையே அதிகம் பாதிக்கின்றன. இந்த கேடுகெட்ட நிலைக்காக படைப்புலகப் பெண்கள் பலர் தங்கள் படைப்புகள் வழியாகப் போராடுவதை நேரே காணுகிறோம்.

பெண்கள் மதங்களால் கையாளப்படுவதையும் அதனைக் கிளர்த்தி வருகிற பெண்களின் படைப்புகள் குறித்தும் பேச நிறைய இருக்கிறது. ஆப்கானின் சுதந்திரப் பூவான மலாலாவின் “நான் மலாலா” என்ற தன்வரலாறு புத்தகத்தை தலிபான் தடை செய்துள்ளது.

படைப்புக்கான அடிப்படைவாதத்தின் தடை என்பது மெல்லக் கொல்கிற விஷம் போன்றது. அடிப்படைவாதத்திற்கு எதிரான படைப்பு ஒருபோதும் அமைதியாகக் கிடப்பதில்லை. அது காலத்தால் பேசப்பட்டுக் கொண்டே இருக்கக் கூடியது. பெண்களின் சுதந்திரக் குரல்கள் அடிப்படைவாதிகளைப் பேய்களின் கூச்சலைப் போன்று தொந்தரவு செய்கின்றது.

கல்வி உரிமையைப் பறிக்கிற தலிபானியர்களின் கழுத்துகளை நெறிக்கிற வலுவான கைகள் இல்லாதபோதும் அங்குள்ள பெண்கள் வலுவான மனத்தைக் கொண்டுள்ளனர் என்பதை

லண்டாய் தொகுப்பிலுள்ள கவிதைகள் உரத்துச் சொல்கின்றன. லண்டாயில் இடம்பெற்றுள்ள கவிதைகள் ரத்தக் காயங்களின் துர்வாடை. இவை அவற்றின் மொழியினாலோ, இலக்கியத் தரத்தினாலோ மேம்பட்டவையா இல்லையா எனத் தரம் பிரிக்கக் கூடியவையில்லை. ஆப்கான் பெண் கவிதைகள் ஒரு காயத்தில் உண்டான இன்னொரு காயம்.

லண்டாய் தொகுதியில் இடம்பிடித்துள்ள கவிதைகளில் என்னைப் பாதித்த ஒரு நீண்ட கவிதை இது.

கடவுளே, நீ பெண்ணாக இருந்திருந்தால்
ஒரு ஆஃப்கான் பெண்ணாக இருந்திருந்தால்
நீ வருத்தப்பட்டிருப்பாய்
நீ ஏன் பெண்களைப் படைத்தாய்

என் விலை ஆயிரக்கணக்கான டாலர்கள்
ஆனால் என் கண்ணீருக்கு விலையில்லை
விலையே இல்லை!

என் செதுக்கப்பட்ட நகங்கள்
என் இரும்பைப் போல் உறுதியான உடல் எல்லாமே புர்காவால் மறைக்கப்பட்டுள்ளன.
நான் வலிகளால் மூடப்பட்டுள்ளேன்
கடவுளே குரானில்
உன்னை நீதியின் கடவுள் என்றாய்.

இறைவா நான் சபதமிடுகிறேன்
பெண்களுக்கு எதிரான அநீதியை நீ நிறுத்தும் வரையில்
உன்னை மீண்டும் தொழுவதற்குக் கையேந்த மாட்டேன்.
நான் உன் குரானைத் தொட மாட்டேன்
உம்மை இறைவா என அழைக்க மாட்டேன்.

இந்த வரிகள் இறைவனின் பெயரிலான போர் எப்படி இறைவனுக்கு எதிரானதாகத் திரும்புகிறதென்பதற்கு எடுத்துக் காட்டாகிறது. இந்தக் கவிதை யாரால் எழுதப்பட்டதென்று தெரியவில்லை என்பதிலுள்ள நியாயத்தையும் புரிந்து கொள்ள முடிகிறது. இது நிச்சயமாக தலிபானியர்களின் துப்பாக்கி

விசைக்கோ தூக்குமேடைக்கோ இழுத்துச் செல்லக் கூடிய கவிதையே.

நம் எல்லோருக்கும் தெரியும், பங்களாதேஷ் எழுத்தாளர் தஸ்லீமா நஸ்ரின், அவர் எதற்காக நாடு கடத்தப்பட்டார்? அவருடைய தலையைக் கொண்டுவருவோருக்குச் சன்மானம் என்பதான நிலைக்கு அடிப்படைவாதத்தின் கூலிகள் ஏன் கூப்பாடுபோட்டன.

அயோத்தியில் பாபர் மசூதி இடிக்கப்பட்டதன் எதிரொலி பங்களாதேசில் ஒலித்தது. பங்களாதேசில் சிறுபான்மையினராக இந்துக்கள் வாழ்ந்தனர். பாபர் மசூதி இடிக்கப்பட்டதற்காக பங்களாதேஷ் முஸ்லிம் மக்கள் அங்குள்ள ஹிந்துக்களைப் படுகொலை செய்கிறார்கள். இந்த வரலாற்றுக் கறைபடிந்த கதையையே லஜ்ஜாவில் தஸ்லிமா நஸ்ரின் எழுதினார். உண்மை எப்போதுமே கசப்பானது. சமூகத்திற்கு எதிரான உண்மைகளை விழுங்கி ஏப்பமிடுகிறவர்களாக எந்தவொரு படைப்பாளியாலும் இருக்க முடிவதில்லை. அவர்கள் உண்மைகளை வாந்தியெடுக்கவே விரும்புகிறார்கள்.

குறைந்தபட்சம் அன்னா அக்மதோவாவுக்கு கிடைத்த மரியாதைபோன்று மரணத்தின் பின்பு மக்கள் நம்மீது இரக்கம் கொள்ளலாம். ஏன் நம்மைத் தெரிந்து கொள்ளாமலேகூடப் போகலாம். ஆனால் நமது பணி என்பது மிக முக்கியமானது. மத அடிப்படைவாதிகளின் நெஞ்சுகளில் ஓங்கி உதைக்க நம்மால் முடியாதென்றாலும் நம் பேனா முனைகளால் அவர்களின் மூளைகளைக் குடைந்து கொண்டேயிருப்போம்.

பிசாசை மீண்டும் நரகத்திற்கு ஜெபித்தார்கள்

தொலைநோக்குச் சிந்தனை கொண்ட லேமா ராபர்ட்டா கோபோவி (பி. பிப்ரவரி 1, 1972) லைபீரிய சமாதான செயற்பாட்டாளர். பெண்களை இணைத்துக் கொண்டு இவர் முன்னெடுத்த லைபீரியாவின் சமாதானத்திற்கான வெகுஜன நடவடிக்கை (Liberian Mass Action for Peace) அந்நாட்டில் நடந்து கொண்டிருந்த நீண்ட கால உள்நாட்டுப் போருக்கு முற்றுப்புள்ளி வைத்தது.

2011ஆம் ஆண்டு இவருக்கு அமைதிக்கான நோபல் பரிசு வழங்கப்பட்டது. அந்த ஆண்டு அதிகம் பேசப்பட்ட இந்த நோபல் பரிசினைப் பெண்கள் பாதுகாப்பிற்காகவும், சமாதானத்தைக் கட்டியெழுப்புவதற்காகவும், பெண்களின் உரிமைகளுக்காகவும் அகிம்சைப் போராட்டத்தில் ஈடுபட்ட மூன்று பெண்கள் பகிர்ந்து கொண்டார்கள். லைபீரிய உள்நாட்டுப் போரை 2003 இல் முடித்துவைத்தவரான லேமா கோபோவியுடன் அமைதிக்கான நோபல் பரிசைப் பகிர்ந்து கொண்ட மற்றைய இரு பெண்களில் ஒருவர் எலன் ஜான்சன் சிர்லீஃப். இவரும் லைபீரியாவைச் சேர்ந்தவர். லேமாவுடன் சமாதானத்திற்கான செயற்பாடுகளில் இணைந்து செயற்பட்டவர். போரின் முடிவில் 2005இல் லைபீரியாவில் நடந்த மக்கள் வாக்கெடுப்பில் ஆப்பிரிக்காவில் தேர்ந்தெடுக்கப்பட்ட முதல் பெண் தலைவர் என்ற பெருமைக்குரியவர். மற்றயவர் தவக்குல் கார்மன். யெமன் நாட்டைச் சேர்ந்த இவருக்கு வெளிப்பாட்டு உரிமைக்காகவும் பெண்களின் பாதுகாப்புக்காகவும் யெமனில் அமைதியைக்

கட்டியெழுப்புவதற்காகவும் அகிம்சை போராட்ட வடிவில் முழு பங்களிப்பு செய்ததற்கான பணியை அங்கீகரிப்பதற்காக இந்த அமைதிக்கான நோபல் பரிசு வழங்கப்பட்டது.

ஐரோப்பிய சக்திகளால் ஒருபோதும் காலனித்துவப்படுத்தப்படாத நாடுகள் என்று எத்தியோப்பியாவுடன், லைபீரியாவையும் சில வரலாற்று ஆவணங்கள் காட்டுகின்றன. லைபீரிய நாடு கருப்பு அமெரிக்க குடியேறியவர்களால் நிறுவப்பட்டதால் இது சர்ச்சைக்குரிய வரலாற்றுப் பதிவாகிறது. "ஆப்பிரிக்காவிற்கான போராட்டம்" என்று அழைக்கப்பட்ட 1880க்கும் 1900 க்குமிடைப்பட்ட காலத்தில் கண்டத்தின் 90 சதவிகிதம் ஐரோப்பியர்களால் கையகப்படுத்தப்பட்டது. இருப்பினும், வரலாற்று அறிஞர்கள் எத்தியோப்பியாவை "ஒருபோதும் காலனித்துவப்படுத்தாத" பிரிவில் வைக்கின்றனர். 1936-1941 வரை எத்தியோப்பியாவை இத்தாலி நாடு ஆக்கிரமித்திருந்தாலும், நீடித்த காலனித்துவ உள்கட்டமைப்பு எதுவும் உருவாக்கப்படவில்லை. லைபீரியாவை இந்த வகைக்குள் கொண்டுவர முடியாது. லைபீரியாவின் அனைத்து அதிகாரமும் ஆப்பிரிக்க அமெரிக்க குடியேறிகளினதும் அவர்களின் சந்ததியினரினதும் கைகளிலேயே குவிந்திருந்தன. அவர்கள் அமெரிக்கோ-லைபீரியர்கள் என்று அறியப்பட்டனர். பூர்வீக ஆப்பிரிக்க சமூகங்களுக்கு பொருளாதார அல்லது அரசியல் அதிகாரம் குறைவாகவே இருந்தது.

ஜூலை 26, 1847 இல், லைபீரியா அமெரிக்க நிர்வாகத்திலிருந்து சுதந்திரத்தை அறிவித்தது. ஆனால், 1862 வரை லைபீரியாவின் சுதந்திரத்தை அமெரிக்கா ஏற்கவில்லை. 1820 முதல் 1989 வரை இந்நாடு அமெரிக்கோ-லைபீரியர்களால் ஆளப்பட்டது. 1990கள் வரை இராணுவ சர்வாதிகாரத்தால் நிர்வகிக்கப்பட்டது. பின்னர் இரண்டு நீண்ட உள்நாட்டுப் போர்களை சந்தித்தது. பாசிஸ சக்திகளின் பிடியில் நீட்சியாக அகப்பட்டுக் கிடந்த லைபீரியா நாட்டுக்கான விடுதலை எழுச்சி 2003இல் ஒரு மாபெரும் திருப்பத்தைக் கண்டது. வரலாற்றில் முதன் முறையாக அந்நாட்டில் ஒரு ஜனநாயக மக்கள் வாக்கெடுப்புக்கு மக்கள் தயாரானார்கள். ஆப்பிரிக்காவிலேயே முதன் முதலாக ஒரு பெண் தலைவர் தேர்ந்தெடுக்கப்பட்டார்.

பாசிஸத்தின் கைகள் ஓங்கி மக்கள் ஒடுக்கப்பட்டிருந்த ஒரு தேசத்தில் மரண அச்சுறுத்தலான பயங்கரவாத காலத்தில் லேமா கோபோவி லைபீரியப் பெண்களை ஒன்றிணைத்தார்.

அவர் யார்? லைபீரிய நாட்டில் நடைபெற்றுக் கொண்டிருந்த மிருகத்தனமான மோதலால் உடைந்து போன ஒரு சராசரி இளம் பெண். எண்ணற்ற உறவினர்கள் நண்பர்களின் உயிர்களைக் காவு கொண்டதொரு பயங்கரவாத யுத்தத்தில் பாதிக்கப்பட்ட லைபீரிய நாட்டுப் பெண்களில் ஒருவர். லைபீரிய நாட்டில், மன்றோவியாவில் மிகவும் வறியவர்களான பெற்றோரினால் லேமா கோபோவியும் அவரது தங்கைகளும் வளர்க்கப்பட்டார்கள். 1990 ஆம் ஆண்டில், போர்க்குணமிக்க சார்லஸ் டெய்லர் தலைமையிலான ஆயுதமேந்திய கிளர்ச்சியாளர்கள் லைபீரிய இராணுவத்திற்கும் நாட்டின் பழங்குடி மக்களுக்கும் இடையே அழிவுகரமான அதிகாரப் போராட்டத்தைத் தொடங்கியபோது, மருத்துவம் படிப்பதற்காகக் கல்லூரியில் சேர வேண்டும் என்றிருந்த லேமா கோபோவியின் கனவு நசுக்கப்பட்டது. துப்பாக்கிச்சூடு, இரத்தக்களரி படுகொலைகளே கோபோவியின் இளம்பருவ நினைவுகளை ஆக்கிரமித்தன.

போரிலும் துஷ்பிரயோகங்களிலும் சிக்கியிருந்த ஒரு இளம் தாய், தனக்கு ஏற்பட்ட கசப்பு அனுபவங்களிலிருந்து தன்னை மீட்பதற்கான கனவை எல்லாப் பெண்களினதும் நனவாக மாற்றுவதற்குச் செயற்பட்டார். போரில் அதிகம் பாதிக்கப்படுவது பெண்கள் என்பதையும், பெண்கள் ஒன்றிணையும் சக்தியை எதனாலும், யாராலும் தடுத்து நிறுத்த முடியாது என்பதையும் உணர்ந்து துணிச்சலாகக் களமிறங்கினார்.

யுனிசெஃப் நிறுவனம் நடத்தும் ஒரு திட்டத்தைப் பற்றி அறிந்து சமூகப் பணியாளராகப் பெண்களைப் பயிற்றுவித்துப் போரினால் பாதிக்கப்பட்ட பெண்களுக்கு ஆலோசனை வழங்கும் ஒரு பயிற்சி நெறியில் லேமா இணைகிறார். அது மூன்று மாதகாலப் பயிற்சி. அந்த மூன்று மாதகாலப் பயிற்சியில் அவர் சுய பிரக்ஞையுள்ள பெண்ணாக மாறுவது நடக்கிறது. சுய பிரக்ஞை என்ற தன்னுணர்வு மாற்றம் கண்ட அவர் சமூகத்தை மீட்கும் பணியில் உடனே குதித்துவிடவில்லை. தனிப்பட்ட

வாழ்வின் இறுக்கங்களிலிருந்து தன்னை விடுவிப்பதே ஒருவர் போராளியாவதற்கான அத்திபாரத்தின் முதல் தூண். சொந்த வாழ்வில் கணவனால் துஷ்பிரயோகத்திற்கு ஆளாகியிருந்த தனது மூன்று குழந்தைகளையும் மீட்டுக் கொண்டு வன்முறையான வாழ்வுச் சூழலிலிருந்து தப்பி ஓடுகிறார். ஒரு வாரத்திற்கும் மேலாக பஸ்ஸிலேயே சவாரி செய்து கொண்டிருந்தார். ஏனென்றால், அவருக்கு எங்கே இறங்கிப் போவது, என்ன செய்வது என்பதற்கான எந்தத் திட்டங்களும் இருக்கவில்லை. அவரிடம் ஒரு சதம்கூடப் பணமில்லை.

குழந்தைகளின் வாழ்வையும் அவர்களின் எதிர்காலத்தையும் சொந்த நிலத்தையும் பாதுகாக்க லைபீரிய தாய்மார்களும் பெண்களும் எழுந்து நிற்பது தார்மீகக் கடமையென லேமா கொபோவி எண்ணுகிறார். அவரிடம் பணமிருக்கவில்லை. புகழ், செல்வாக்கு எதுவுமிருக்கவில்லை. சுயபிரக்ஞையும் கௌரவமான வாழ்வுக்கான ஏக்கமும் எழுச்சிப் பெருக்கும் மட்டுமே இருந்தன. விடுதலைக்கான ஒரு போராட்டத்திற்கு வேறென்ன முதலீடுகள் தேவை? அவர் தன்மீது கொண்டிருந்த நம்பிக்கையை விளைநிலமாகக் கொண்டு களமிறங்கினார். லைபீரியாவில் அமைதியைக் காண ஒரே வழி அகிம்சை நடவடிக்கைதான் என்ற தனது நம்பிக்கையுடன் பெண்களை ஒன்றுபடுத்தும் செயற்பாட்டில் தன்னை ஈடுபடுத்தினார்.

"நாங்கள் ஒன்றுபட்டோம். நாங்கள் ஆயுதங்களை எடுக்கவில்லை. அதற்குப் பதிலாக, உடனடி போர்நிறுத்தத்தைக் கோரினோம். போராட்டக் குழுக்களுக்கிடையே உரையாடலுக்கான தலையீட்டு சக்தியை நிலைநிறுத்தக் கோரி தினசரி உள்ளிருப்பு, மறியல், விழிப்புணர்வு, வீதி ஆர்ப்பாட்டங்களை ஏற்பாடு செய்தோம். எங்கள் சமூகங்களில் உள்ள ஆண்கள் மோதலை முடிவுக்குக் கொண்டுவருவதில் சமமாக உறுதி கொள்வதை உறுதிப்படுத்த எங்களுக்கு ஒரு வழி தேவைப்பட்டது. ஒருமித்த பாலியல் வேலைநிறுத்தம் எங்கள் காரணத்தை மேலும் தனிப்பட்டதாக்கியது. மேலும் போரிடும் குழுக்கள் மீதான எங்கள் கோரிக்கைகளை வலுப்படுத்தவும் எங்கள் ஊடக சுயவிவரத்தை உயர்த்தவும் உதவியது."

இது லேமா கோபோவின் கூற்று. "வலிமைமிக்கவராக இருங்கள்: சகோதரத்துவமும், பிரார்த்தனையும் பாலினமும் எவ்வாறு ஒரு தேசத்தை போரிலிருந்து மாற்றியது" *(Mighty Be Our Powers: How Sisterhood, Prayer, and Sex Changed a Nation at War)* என்ற தன்னனுபவ நூலிலும், "பிசாசை மீண்டும் நரகத்திற்கு ஜெபியுங்கள்" *(Pray the Devil Back to Hell)* என்ற ஆவணப்படத்திலும் இந்தக் கூற்றை லேமா கோபோவி வலியுறுத்தியுள்ளார். லேமா கோபோவியின் போராட்ட முறைமைகள் குறித்த பின்னணிகளுடன் தத்ரூபமாக இயற்றப்பட்ட இந்த ஆவணப்படம் 2008ஆம் ஆண்டு கினி ரெட்டிகர் *(Gini Reticker)* இயக்கத்தில் அபிகெய்ல் டிஸ்னி *(Abigail Disney)* தயாரித்தது. அதே ஆண்டு டிரிபெகா திரைப்பட விழாவில் *(Tribeca Film Festival)* திரையிடப்பட்டதுடன் அங்கு சிறந்த ஆவணப்படத்திற்கான விருதை வென்றதும் கவனிப்புக்குரியது.

மேற்சொல்லப்பட்ட லேமா கோபோவின் கூற்றில் அவரது நோக்கம் புதிய கண்ணாடியைப் போல அவ்வளவு தெளிவு. யாரை இணைத்துக் கொண்டால் உள்நாட்டுப் போரை முடிவுக்குக் கொண்டுவரலாம் என்பதிலிருந்து அவர் முன்னெடுத்த எல்லாப் பணிகளிலும் அந்தத் தெளிவு பளிச்சென்று தெரிகிறது. தலைநகரிலுள்ள பெண்கள் அனைவரும் ஒன்றுபட்ட வேலைநிறுத்தம் செய்தால் அந்த நகரும் அந்த நகரிலுள்ள ஒவ்வொரு வீடுகளும் குடும்பங்களும் எப்படியான ஒரு நெருக்கடி நிலைக்கு உள்ளாகும்? ஆனால் அப்படியொரு அழுத்தம் தேவையாக இருக்கிறது. சிறந்த அழுத்தத்தினை தேர்வு செய்வதே சிக்கலான பணி. பல மாறிகளும் உணரிகளும் இருப்பினும் சூழலின் தேவையைப் பொறுத்து சிறந்த அழுத்த முறைகளைப் பிரயோகிக்கும் செயல்திறன் தான் ஒருவரின் தலைமைத்துவத்தை உறுதி செய்கிறது.

மூன்று வாரங்கள் நீடித்த வெகுஜன நடவடிக்கைகளால் லைபீரியாவின் தலைநகரம் பித்துமுற்றிய நோயாளியாகிவிடுகின்றது. லைபீரியாவின் ஜனாதிபதி சார்லஸ் டெய்லரின் வழக்கமான வன்முறை சிகிச்சை முறைகளால் இந்தப் பித்து நிலையைக் கையாள முடியவில்லை. மக்கள் அலை அவரை மூழ்கடித்துவிடும் அபாயத்தை உணர்ந்து

போராட்டப் பெண்களைச் சந்திப்பதற்கு ஒப்புக்கொள்கிறார். 2,000க்கும் மேற்பட்ட பெண்கள் இந்தக் கூட்டத்தில் கலந்து கொண்டார்கள். ஜனாதிபதி சார்லஸ் சமாதானப் பேச்சுவார்த்தையில் கலந்து கொள்வதற்கு உடன்பட்டார்.

1989 - 2003 காலப்பகுதியில் இனக்குழுக்களிடையே நிலவும் பதட்டத்தைத் தூண்டி, அதிகாரப் பசியுள்ள தலைவர்களுடன் இராணுவப் பிரிவுகள் கசப்பான உள் மோதல்களினதும் சதித்திட்ட எழுச்சிகளினதும் சகாப்தத்தை கட்டவிழ்த்துவிட்டன. சுமார் 250,000 பேர் இறந்தனர். மேலும் பலர் நாட்டை விட்டு வெளியேறினர். லைபீரியாவின் பொருளாதாரமும் அரசியல் அமைப்பும் பாழடைந்தன. இப்படியான பின்னணியில் பெண்களின் கூட்டுக்குரல்கள் சமாதானப் பேச்சுவார்த்தைக்கு அந்நாட்டின் குடியாட்சிக்கு எதிரான கொள்கையுடைய ஒரு ஜனாதிபதியை உடன்படச் செய்தது மிகப்பெரிய முன்னுதாரணம்.

லேமா கோபோவியும் அவருடன் ஒன்றிணைந்து செயற்பட்ட பெண்களும் சமாதானப் பேச்சுவார்த்தைக்கு உடன்பட்ட ஜனாதிபதி சார்லஸ் டெய்லர் அதிலிருந்து வெளியேற முடியாத பொறிகளை மிக உறுதியாகக் கட்டமைத்தார்கள். 2003இல் கானாவில் சமாதான பேச்சுவார்த்தைகள் தொடங்கியதும், முன்னரை விடவும் வலுவாகத் தொடர் பிரச்சார நடவடிக்கைகளில் ஈடுபட்டார்கள். ஒவ்வொரு நாளும் பெண்கள் குழுக்கள் பேச்சுவார்த்தை நடைபெறும் ஹோட்டலை முற்றுகையிட்டிருந்தார்கள். பேச்சுவார்த்தைகளைக் கவனிப்பதற்காகக் கூட்டங்களுக்கு பார்வையாளர்களை அனுப்பினார்கள். விடாது மக்களை அணிதிரட்டிக்கொண்டே, போராட்டத்தில் ஈடுபட்டிருந்த குழுக்களையும் கிளர்ச்சியாளர்களையும் “லாபி” செய்வதில் மாலைப் பொழுதுகளைச் செலவழித்தார்கள். சமாதானப் பேச்சுவார்த்தை நடத்துவதிலும், லைபீரியாவில் கிறிஸ்தவ - முஸ்லிம் பெண்களை ஒன்றிணைக்கும் ஒரு இடைக்கால இயக்கத்தை நிறுவுவதிலும் பெண்கள் முறையான வகிபாகங்களை வகிக்க முடியும் என்பதை நிருபணம் செய்தார்கள். கானாவில் அகதிகளாக இருந்த லைபீரிய பெண்களுடன் கூட்டு சேர்ந்து, சமாதானப் பேச்சுவார்த்தைகளின் தார்மீகக்

குரலாகவும் முகமாகவும், அதே நேரத்தில் மன்ரோவியாவில் போராட்டத்தைத் தொடர்வதன் மூலம் அழுத்தத்தைத் தக்க வைத்துக் கொள்வதிலும் பெண்கள் சக்தி வெற்றி கண்டது.

சமாதான ஒப்பந்தம் கையெழுத்திடப்பட்டது. இப்போதும் தங்கள் பணி முடிந்துவிட்டதென்று பெண்கள் பின்வாங்கிவிடவில்லை. ஒப்பந்தத்தின் விதிமுறைகளுக்கு இணங்க போராளிகளைப் பெறுவதற்கும், மத்தியஸ்தம் வகித்த ஐ.நா. சபையிடமிருந்தும் லைபீரியாவின் இடைக்கால அரசாங்கத்திடமிருந்தும் போராளிகளுக்குத் தேவையான சலுகைகளை வழங்குவதற்கான மத்தியஸ்தர்களாக லேமா கோபோவியும் பெண்களும் நுழைந்தார்கள். அமைதி, நீதி, சமத்துவம், அரசியல் அனைத்திலும் முடிவெடுப்பதற்கு பெண்களையும் உள்வாங்கவேண்டும் என்று கோருவதிலும் இவர்கள் ஒன்றுபட்டுச் செயற்பட்டார்கள். துப்பாக்கிகளையும், பீரங்கிகளையும் வெறித்துப் பார்த்துக் கொண்டிருந்தது போதும், பசி, வறுமை, விரக்தி ஆகியவற்றால் உடைக்கப்பட்ட நாம் ஒன்றிணைந்து செயற்படுவோம் என்ற பெண்களின் எழுச்சிக் குரல் நாடெங்கும் பரவியது.

லேமா கோபோவி, நியூயோர்க் டைம்ஸ் பத்திரிகையில் எழுதிய "அமைதி போதாது" (The Peace is not enough - Sept. 16, 2018) என்ற கட்டுரையில், சமாதானத்திற்காகப் பெண்களை ஒன்றிணைக்கும் இந்தப் "பைத்தியக்காரத்தனமான யோசனை" என்று குறிப்பிட்டிருந்தார். பெண்களை அணி திரட்டுவது அவ்வளவு எளிதான பணியில்லை. கந்தல் ஆடையாக போர் சிதைத்த ஒரு நாட்டில் பசியிலும், வறுமையிலும் அன்றாட வாழ்வுடன் போராடும் மக்களிடம் அரசியல் எழுச்சி பற்றி விதந்துரைத்தால் அது பைத்தியகாரத்தனமாகத்தான் தெரிந்திருக்கும். லேமா கோபோவி சாதுரியமாக முதன்மையான விடயங்களில் கவனஞ் செலுத்தினார். ஒவ்வொரு கிராமங்களுக்குமான பாதுகாப்பை உறுதி செய்வதைப் பற்றிப் பெண்களுடன் உரையாடினார். குழந்தைகளுக்கு உணவளிப்பது, உடை அணிவித்துப் பார்ப்பது, கல்வி கற்பிப்பதுபோன்ற சாதாரண தாய்மார்களுக்கு இருக்கும் ஆசைகளுடன் தன்னையும் இணைத்துக் கொண்டு அவற்றுக்காகச் செயற்பட்டார். இந்தச் செயற்பாட்டை யாரும் அரசியல் செயலாகப் பார்க்கவில்லை. இவற்றைச் செய்வதற்கு அரசியல்

செயல்பாடு என்ற அடையாளம் தேவையாக இருக்கவுமில்லை. அமைதியாகவும் கௌரவமாகவும் வாழ்தையே பெண்கள் விரும்பினார்கள். இந்த எளிய விருப்பங்களிலிருந்தே தேச விடுதலையின் தூண்களை எழுப்ப முடியும்.

தேசத்தைப் பிளவுபடுத்தும் இன, மத வேறுபாடுகளை இணக்கப்படுத்துவதில் விழுந்த கவனமும் லேமா கோபோவின் வெற்றிக்கான காரணங்களில் மிகவும் முக்கியமாகின்றது. தங்கள் நாட்டைப் பிடித்துக் கொண்டிருந்த வன்முறைக்கு முற்றுப்புள்ளி வைக்க முஸ்லிம்களும் கிறிஸ்தவர்களும் இன மத வேறுபாட்டைப் பொருட்படுத்தாமல் ஒன்றிணையவேண்டும் என்பதை லேமா கோபோவி உறுதியாக நம்பினார். சமாதானத்தை வலியுறுத்தி இடம்பெற்ற பேரணிகள், முற்றுகைகள் அனைத்திலும் மத, கலாசாரப் பாடல்களையும், பிரார்த்தனைகளையும் இணைத்துக் கொண்டார். ஒவ்வொரு சமயத்தினரும் சமாதானத்திற்கான பிரார்த்தனைகளை ஏற்பாடு செய்வதும் அந்த மதத்தைச் சாராத மற்றவர்கள் அதில் கலந்து கொள்வதையும் வழக்கமாக்கினார். இந்தச் செயற்பாடு இருவேறு மதத்தவர்களிடையே புரிந்துணர்வையும் நம்பிக்கையையும் கட்டியெழுப்பியதுடன் இலக்கில் உறுதியாக பிணைந்திருக்கச் செய்தது.

பிரமிப்பூட்டும் இந்தப் பெண்கள் சக்தி மிக நுட்பமாகப் பல பணிகளை முன்னெடுத்து அந்நாட்டின் வரலாறு கண்டிராத அமைதியையும் குடியாட்சியையும் நிலைநிறுத்தியது. பெண்களைப் பாலியல் பலாத்காரம் செய்வதற்கும், கண்மூடித்தனமாகக் கொலை செய்வதற்கும் பெயர் பெற்ற இரண்டு குழுக்கள் இந்தப் பெண்களுக்குச் செவிசாய்த்து சமாதான உடன்படிக்கையை எட்டுவதற்கு ஒத்துழைத்தார்கள். இங்கே என்ன மாற்றப்பட்டது? லைபீரியா என்ற நாடு உருவான காலம் தொட்டே பாதிக்கப்பட்டவர்களாக வாழ்ந்து, தொடர்ந்து வன்முறைகளுக்கும் அச்சுறுத்தலுக்கும் உள்ளான பெண்கள், சமாதான உடன்படிக்கைக்கு உடன்பட இந்தக் குழுக்களுக்கு அழுத்தம் கொடுக்கும் திறன் கொண்ட இயக்கவியல் சக்தியாக எவ்வாறு மாற முடிந்தது? இனி அஞ்சுவதற்கோ, இழப்பதற்கோ ஒன்றுமில்லை என்கிற உண்மையினாலா? பெண்கள் ஒரு மனதுடன் ஒன்றுபட்டார்கள் என்பதாலா? முஸ்லிம்களும்

கிறிஸ்தவர்களும் இணைந்து செயல்பட்டதனாலா? அவர்களின் நம்பிக்கையா? அவர்கள் தங்கள் நிலைப்பாட்டை ஆதரிக்க ஆயிரக்கணக்கானவர்களை அணிதிரட்டினார்கள், இதனால் இனி புறக்கணிக்க முடியவில்லை என்பதா? எல்லாவற்றினதும் ஒரு கலவையினால் தான் இந்த இயக்கவியலை மாற்ற முடிந்தது. முக்கியமாக, சமாதானத்தை அடைவது அவர்களின் மறுக்கமுடியாத, அசைக்க முடியாத தீர்மானமாக இருந்தது. இதனால் அவர்களின் குழந்தைகள் சுதந்திர லைபீரியாவில் வாழக்கூடும். அவர்கள் பிசாசை மீண்டும் நரகத்திற்கு ஜெபித்தார்கள்.

22, மே 2021

ஹேர் ஸ்டோரிஸ் இணையம்

குமிழி

குழந்தைப் பருவத்தில் சவர்க்கார நுரையிலிருந்து ஊதிப் பறக்கும் குமிழிகளை உடைத்து விளையாடும் குதூகலமான விளையாட்டை, 'குமிழி' என்ற சொல் நினைவூட்டியது.

ஒரு குமிழி ஆரம்பத்தில் என்ன வடிவத்தில் இருந்தாலும், அது ஒரு கோளமாக மாறும். வெளியிலிருந்து ஏதாவது உந்துதல் ஏற்பட்டால் அது உடையும். சில சமயம் அது தானாகவே உடைந்து விடும்.

இந்தக் குமிழிகள் நீரின் மீதான காற்று மூலக்கூறுகளின் மோதலால் உண்டாகிறது என்பதை ஏற்றுக்கொள்ளலாம். அது எப்படி, எல்லாக் குமிழிகளுமே உருண்டை வடிவத்திலேயே வருகின்றன. ஏன் அது சதுர வடிவத்திலோ முக்கோண வடிவத்திலோ வேறு ஏதாவது வடிவத்திலோ வரக்கூடாதா? வரக் கூடாது என்பதை விட வரமுடியாது என்பதே சரியான பதில். பரப்பு இழுவிசையைக் காரணமாகக் கூறுகிறது விஞ்ஞானம். குமிழிக்கு உள்ளிருக்கும் காற்று மூலக்கூறுகள் வெளியேறுவதற்காக அதை சிறைப்படுத்தி வைத்திருக்கும் நீர்ச்சுவர்களை முட்டிக்கொண்டே இருக்கும். அதே சமயம் வெளியில் இருக்கும் காற்று மூலக்கூறுகளில் கூட குமிழிகள் மோதிக்கொண்டே இருக்கும். ஓரிடத்தில் நில்லாமல் அலைந்துகொண்டே இருக்கிறதல்லவா, அது அலைவதோ வெட்டவெளியில். அங்கோ ஆயிரக்கணக்கான காற்று மூலக்கூறுகள் திரிந்துகொண்டே இருக்கின்றன. அவையும் அடைபட்ட தமது சகாக்களை விடுவிக்க நீர்ச்சுவர்களை மோதிக்கொண்டே இருக்கும்.

உள்ளிருந்தும் அழுத்தம், வெளியில் இருந்தும் அழுத்தம். இதனால் வேறு எந்த வடிவத்தையும் எடுக்கமுடியாது. உடையாமல் தன்னைத் தக்கவைக்க உருண்டை வடிவத்தை எடுப்பது மட்டுமே ஒரே தீர்வு.

குமிழியின் இயற்பியல் ஆயுதக் குழுக்களின் சமூக இயங்கியலுடன் அவ்வளவு பொருந்துகின்றது. இலங்கை அரசியல் வரலாற்றில் தமிழீழ விடுதலையைக் குறிக்கோளாகக் கொண்டு தோன்றிய ஆயுத/நிராயுதபாணிக் குழுக்கள் உதிரி இயக்கங்களுக்கு இந்தக் 'குமிழி' கனகச்சிதமான குறியீடு.

1970களிலேயே தமிழீழ அரசின் தேவையை தமிழ் இளைஞர்கள் யோசித்திருந்தாலும், பிரிவினை பற்றிய யோசனையைத் தமிழ் தலைவர்கள் பலரும் தீவிரமானது என்று கருதினார்கள். ஆனால், உள்நாட்டு இன நெருக்கடியின் உளவியல் திருப்புமுனைக்கு 1983 பெருங்காரணமாகிறது. தமிழீழம் ஒன்றே தமிழ் மக்களுக்கு விடுதலையைச் சாத்தியப்படுத்தும் என்ற யோசனையை விவாதமின்றி ஏற்றுக் கொள்ளும் சூழலை 1983 ஜூலைக் கலவரம் ஏற்படுத்தியது. கொழும்பிலும் பிற நகரங்களிலும் 1983 ஜூலை மாதம் நடந்த கொடூரமான தமிழ் எதிர்ப்புக் கலவரங்களும், தமிழர் பாதுகாப்பிலும் நலனிலும் அக்கறை இல்லாத சிங்கள அரசாங்கத்தின் வெளிப்படையான புறக்கணிப்பு, தமிழர்களுக்கும் சிங்களவர்களுக்கும் இடையிலான முரண்பாடுகளை அமைதியான முறையில் தீர்ப்பதை நிராகரித்தது.

மொரட்டுவைப் பல்கலைக்கழகத்தில் பட்டப்படிப்பு படித்துக் கொண்டிருந்த 'குமிழி' நூலாசிரியரும் பிரதான பாத்திரமுமான ரவி, 1983 ஜூலைக் கலவரத்தின் நேரடிச் சாட்சியங்களில் ஒருவராகிறார். இந்த அனுபவத்தின் பாதிப்பு ஒரு சமூகத்தின் ஒத்திசைவான எண்ணம் கொண்ட உறுப்பினர்களால் பகிரப்பட்ட கருத்துக்களை ஆதரிக்கும் அல்லது வலுப்படுத்தும் செயல்பாட்டின் ஒரு இணைக்கப்பட்ட அல்லது தனிமைப்படுத்தப்பட்ட கோளத்திற்குள் அவரை நகர்த்துகின்றது.

1980 களின் பிற்பகுதியில் அரசியல் ஆய்வாளர்கள் முப்பது தனி கெரில்லா குழுக்களைக் கணக்கிட்டனர். அவற்றில் தமிழீழ

விடுதலைப் புலிகள் அமைப்பு உட்பட ஈ. வி.பாலகுமார் தலைமையிலான மாணவர்களின் அமைப்பு (ஈரோஸ்), உமா மகேஸ்வரன் தலைமையிலான தமிழீழ மக்கள் விடுதலைக் கழகம் (PLOTE), ஈ.பி.ஆர்.எல்.எஃப், டெலோ ஆகிய ஐந்தும் முக்கியமானவை. இந்த குழுக்கள் ஒவ்வொன்றும் உத்திகளினதும் சித்தாந்தங்களினதும் அடிப்படையில் கணிசமாக வேறுபடுகின்றன. ஆனால் இவை அனைத்தும் தமிழீழ மக்களின் விடுதலையை இலட்சியமாகக் கொண்டிருந்தன.

'குமிழி' நூலாசிரியர் ரவி, உமா மகேஸ்வரன் தலைமையிலான தமிழீழ மக்கள் விடுதலைக் கழகத்தின் (PLOTE) மீது பற்றுக் கொள்கிறார். நாவலாசிரியரும் சக தோழர்களினதும் கள அனுபவங்கள், எண்ணச் சிதறல்கள், கிளர்ச்சிகள், குழப்பங்களால் உடனுக்குடன் உருவாகிச் சிதையும் குமிழிகளும், நிரந்தரமான விடுதலையைக் கோரும் குமிழிகளுமாக நூலின் ஒவ்வொரு பக்கத்திலும் குமிழிகள் மிதக்கின்றன.

தத்ரூபமான உணர்வின்மைக்குப் பொறுப்பேற்க முடியாத அளவு முதிர்ச்சியடையாதவர்களும், தங்கள் செயல்களின் விளைவுகளை எதிர்கொள்ள விரும்பாதவர்களும் குமிழிகளாக அலைகிறார்கள். அதே நேரத்தில் அவர்களின் உண்மையான எண்ணங்களை மறைக்கும்போது, பொதுவாக மிகவும் துயரமான, சுயநலமான, சத்தியத்தின் ஒரு சிறிய பகுதி அல்லது நியாயமான கோபம் ஒன்று தாக்கும்போது குமிழிகள் எளிதில் வெடிக்கும் யதார்த்தமும் நிகழ்கின்றது. ஒரு குமிழியின் உள்ளே வாழும் அங்கத்தவர்கள் தங்களால் புரிந்துகொள்ள முடியாத விஷயங்களைச் சொல்லும்போதும், ஒழுக்கக்கேடான அறஉணர்வற்ற சமூக நடத்தையைக் கொண்டிருக்கும்போது உணர்திறன் கொண்ட உறுப்பினர்கள் புதிய குமிழிகளாக மேலெழுகின்றனர்.

கழகக் குமிழியினுள் வாழும் உறுப்பினர்கள் வெளியுலகத்திற்கு அஞ்சுகிறார்கள். அவர்கள் பெரும்பாலும் தொடர்பில்லாத சொற்களைத் தங்கள் முட்டாள்தனத்துடன் கலக்கிறார்கள். தனிப்பட்ட ஆக்ரோஷங்களுடன் ஒருவரைப் புண்படுத்துவது, தண்டிப்பது, மற்றவர்களை அறியாமையில் வைத்திருப்பதற்கான

நிகழ்ச்சி நிரலுக்கு பொருந்தக்கூடிய வாதங்களுடன் எதிர்மறையான தேய்மானத்தைப் பயன்படுத்துதல் ஆகிய செயற்பாடுகளால் கழக குமிழி வெடிக்கும் அபாயத்தைப் பார்வைக்கு வெகு தொலைவில் வைத்திருக்கிறார்கள். கழக கொள்கையில் வாழும் உறுப்பினர்கள் அவர்கள் கேட்கும் எதையும் நம்புகிறார்கள். ஆனால் எப்போதும் தங்கள் நம்பிக்கைகள் சுயாதீனமானவை என்று கருதுகிறார்கள். ஏனெனில் கழக குமிழி அவர்களை மேலும் பார்ப்பதிலிருந்தும் அறிவதிலிருந்தும் தங்களால் பார்க்கவோ ஏற்றுக்கொள்ளவோ முடியாத ஒன்றை ஒப்புக்கொள்வதையும் தடுக்கிறது.

சிங்கள கடும்போக்கு அழுத்தத்தினால் உருவான கழகம் என்ற குறியீட்டுக் குமிழிக்கு மட்டுந்தான் இந்தத் தடுமாற்றங்களும் குழப்பங்களும் என்று பொருள் கொள்ள முடியாது.

1985 இல், தமிழீழ விடுதலைப் புலிகள் அமைப்பும், ஈரோஸ் ஆகியவையும் ஒன்றுபட்ட முன்னணி அமைப்பான ஈழம் தேசிய விடுதலை முன்னணி (ஈ.என்.எல்.எஃப்) ஒன்றை உருவாக்கியது. ஐந்து பெரிய கெரில்லா குழுக்களில் மார்க்சிச-லெனினிஸ்டான PLOTE அமைப்பு கூட்டணிக்கு வெளியே இருந்தது. 1986ஆம் ஆண்டின் நடுப்பகுதியில், தமிழீழ விடுதலைப் புலிகள் அமைப்பு கூட்டணியிலிருந்து விலகிய பின்னர் ஈ.என்.எல்.எஃப் பெரும்பாலும் செயல்படவில்லை. இருப்பினும் மற்ற குழுக்கள் அதன் பங்களிப்பு இல்லாமல் ஒரு முன்னணியை உருவாக்க முயன்றன.

1986, 1987ஆம் ஆண்டுகளில் விடுதலைப் புலிகள் தங்கள் போட்டியாளர்களை விழுங்கத் தொடங்கினர். 1986 ஆம் ஆண்டில் விடுதலைப் புலிகளின் தாக்குதல்களால் டெலோ அழிக்கப்பட்டது. 1987ஆம் ஆண்டில் புலிகள் இந்திய துருப்புக்களை மட்டுமல்ல, PLOTE மற்றும் EPRLF உறுப்பினர்களையும் எதிர்த்துப் போரிட்டனர்.

அசாத்திய ஊமைகளையும் மூளையில்லாதவர்களையுமே இந்த விடுதலை இயக்கங்கள் தக்கவைத்துக் கொண்டன. உணர்திறன்கொண்டவர்கள் “துரோகிகள்” என்பது இந்த இயக்கங்களினது எழுதப்படாத விதி.

முழுநேரமும் சந்தேகத்துடனும் அவநம்பிக்கையுடனும் அகத்தாலும் புறத்தாலும் போராடிக் கொண்டிருந்த ரவியின் 'குமிழி'யும் வெடிக்கிறது. நம்பப்பட்ட, நம்பகமான, அல்லது போற்றப்பட்ட ஒன்றின் உண்மை நிலவரம் உணரப்படும்போது உருவாகும் வலியும் இழப்பும் இயலாமையும் வாழ்வை அலைக்கழிக்கிறது.

இங்கே உடைவது ரவியினதும் அவரது வாழ்வில் கதாபாத்திரங்களாக வரும் ஒரு சில தோழர்களினதும் 'குமிழி'கள் மட்டுமில்லை. ஓர் இனத்தின் கனவுக் 'குமிழி'யும், ஓர் இளைஞர் சமுதாயத்தின் விடுதலைத் தாகம் எனும் 'குமிழி'யும்.

எத்தனை விடுதலை இயக்கங்கள் தோன்றினாலும், பலஸ்தீன் மண்ணில் ஆயுதப் பயிற்சி எடுத்துக் கொண்டுவந்தாலும் சாதிய மேலான்மையும், அதிகாரப்போக்கும், தனிநபர் புனிதப்படுத்தலும் கொண்ட கட்டுமானங்களிலிருந்து சுயவிடுதலை அடையாத எந்த ஒரு நபராலும் குழுவாலும் இனவிடுதலையைச் சாத்தியப்படுத்த முடியாது. தமிழீழ விடுதலைப் போராட்டம் தோல்வியின் அடித்தளத்தில் நிர்மாணிக்கப்பட்ட கனவுக்கோட்டை என்பதற்கு 'குமிழி' இன்னொரு சாட்சியமாகின்றது.

பிரச்சினையா, தீர்வா?

மதம் ஒருவரின் அடையாளத்தின் மையப் பகுதியாக இருக்கக்கூடியது. மதம் என்பது நம்பிக்கைகளை மையமாகக் கொண்டு ஒழுங்கமைக்கப்பட்ட அமைப்பு. ஒரு மதத்தைச் சேர்ந்தவர் என்பது பெரும்பாலும் அதன் நம்பிக்கைகளைப் பகிர்ந்துகொள்வதையும் அதன் சடங்குகளில் பங்கேற்பதையும் குறிக்கிறது. இது ஒரு சமூகத்தின் ஒரு பகுதியாகவோ கலாசாரத்தின் பகுதியாகவோ கொள்ளப்படுகின்றது.

உலகின் மதங்கள் பல வழிகளில் ஒத்தவை. எல்லா மதங்களும் சடங்குகள், வேத பாடங்கள், புனித நாட்கள், புனித தலங்கள் கொண்டவை. ஒவ்வொரு மதமும் மனிதர்கள் ஒருவருக்கொருவர் எவ்வாறு செயல்பட வேண்டும் என்பதற்கான வழிமுறைகளைப் பின்பற்றுபவர்களுக்கு வழங்குகிறது. உலகின் பிரதான மதங்களான யூத மதம், கிறிஸ்தவம், இஸ்லாம் ஆகியவை பொதுவான தோற்றமொன்றைப் பகிர்ந்து கொள்கின்றன.

மக்கள் தங்கள் தொடர்புகளை எவ்வாறு வரையறுக்கிறார்கள் என்பதன் அடிப்படையில் ஒவ்வொரு மதத்திலும் நம்பமுடியாத பன்முகத்தன்மை உள்ளது. சிலருக்கு, ஒரு மதத்தின் இறையியல் நம்பிக்கைகளும் வழிபாட்டுச் சடங்குகளும் அவர்களது வாழ்க்கையின் மையமாக உள்ளன. சிலர் மத வழிபாட்டுச் சடங்குகளை விடவும் ஒரு மதத்தின் சமூக, கலாச்சார நம்பிக்கைகளில் அதிகம் ஈர்க்கப்படுகிறார்கள். மேலும் சிலர், ஒரு மதத்தின் அல்லது கலாச்சாரத்தின் ஒரு பகுதியாகத்

தங்களை உணர்கிறார்கள். ஆனால் அதன் சடங்குகளில் பங்கேற்காது ஒதுங்கும் தேர்வினைச் செய்கிறார்கள். சிலர் ஒரு மதத்தைத் தேர்வு செய்யத் தயங்குகிறார்கள், அல்லது மதத்தை தங்கள் அடையாளத்தின் ஒரு பகுதியாக ஏற்றுக்கொள்வதை நிராகரிக்கிறார்கள். இன்னும் சிலர் தாங்கள் ஒரு குறிப்பிட்ட மதத்தில் பிறந்து வளர்ந்தவர்கள் என்றும் அதை மாற்ற விருப்பமில்லை அல்லது இயலாது என்றும் கருதுகிறார்கள். சில அரசாங்கங்கள் ஒரு மதத்திற்கு சலுகைகளை வழங்கி மற்றொன்றை நிராகரிக்கின்றன. சில அரசாங்கங்கள் எந்தவொரு மதத்திற்கும் சலுகையையோ தண்டனையோ பிரகடனம் செய்யாமல் குடிமக்களின் மத சுதந்திரத்தைப் பாதுகாக்கின்றன.

ஒவ்வொரு நபரும் தங்கள் மதத்துடன் வெவ்வேறான அனுபவங்களுக்கான நியாயங்களைக் கொண்டுள்ளனர். ஒருவர் குறிப்பிட்ட மதத்தைச் சேர்ந்தவர் என்றாலும் அவரின் அனுபவம் அந்த மதத்தை முழுவதும் பிரதிநிதித்துவப்படுத்துவதில்லை. இருப்பினும் பெருந்தொகையான மக்களின் வாழ்வில் நீடித்த முக்கியத்துவம் வாய்ந்த ஒன்றாக மதம் இருக்கிறது. தனிப்பட்ட சமூக கூட்டுத் தொடர்புகள் வரையிலும் அடையாளத்தை உருவாக்கும் ஆதாரங்களில் மதம் முக்கிய பங்கு வகிக்கின்றது.

பல சமூக, கலாச்சார தாக்கங்கள் நிறைந்த உலகில் தனிப்பட்ட அடையாளங்கள், கூட்டு அடையாளங்களைக் கட்டமைப்பதிலும், உருவாக்கி வலுப்படுத்துவதிலும் அல்லது மாற்றுவதிலும் மதங்கள் பெருமளவு பங்கு வகிக்கின்றன.

எல்லா மதங்களும் சமாதானமும் நல்லிணக்கமுமே குறிக்கோள்கள் என அறிவிக்கின்றன. ஆனாலும் மதங்கள் பெரும்பாலும் மோதல்களையே அதிகரிக்கின்றன என்பதற்கு உலக வரலாற்றில் கடந்த காலத்திலும் சமகாலத்திலும் பல உதாரணங்கள் காண்பதற்குள்ளன.

மத நம்பிக்கையும் மனித நடத்தையும் ஒன்றோடொன்று தொடர்புடையது. மதக் கோட்பாட்டு வாதங்கள், மத விமர்சனங்கள் கூட வன்முறை மோதல்களுக்கு வழிவகுப்பதைப் பார்க்கிறோம். மதஅடிப்படைவாதங்கள், மதச் சடங்குகள், போலிமைகள் மீதான கேள்விகள் மதத்தை அவமானப்படுத்திய அல்லது துஷ்பிரயோகப்படுத்தியதாக

அந்த மதத்தின் முழுப் பிரதியாகத் தன்னைக் கருதுகின்ற ஒருவரை உணர்ச்சிவசப்படவைக்கும். வாழ்வின் மைய நம்பிக்கையாக மதத்தைக் கொண்டவர்கள் மதத்தின் முக்கியத்துவத்தையும் அளவுகளையும் வெவ்வேறு மதங்களுடன் இணைக்க முற்படாதவரைப் பெருமளவான பிரச்சினைகளைக் குறைத்துவிடலாம். ஆனால் இங்கு ஒவ்வொரு மத நம்பிக்கையாளரும் தன்னுடைய மதம் சிறந்தது, உயர்ந்தது, உண்மையானது என்கின்ற நம்பிக்கைகளுடன் மோதுகின்றனர். தனிநபர்கள், நாடுகள், அரசாங்கங்களும் இந்த மோதலுக்கு விதிவிலக்கானதில்லை.

நவீன உலகில் மதத்தின் பெயரிலான வன்முறை என்று வரும்போது, நாம் யார் என்கிற அடையாளத்தை அது உறுதிப்படுத்துகின்றது. இந்த அடையாளம் நேர்மறையாகவா அல்லது எதிர்மறையாகவா பார்க்கப்படுகிறது என்பது சூழலைப் பொறுத்தது.

நாம் யார் என்பதற்கு அர்த்தம் கொடுக்க முற்படும்போது மதம் மனித அடையாளத்தின் அனைத்து கூறுகளுடன் பிணைக்கப்பட்டுள்ளதையும் பிரிக்க முடியாதென்பதையும் உணர்த்தும். ஒன்றின் மீதான மதிப்பையும் நோக்கத்தின் உணர்வையும் வழங்குவதில் இதுவே முக்கிய பங்கு வகிக்கிறது.

குறிப்பாக மத அடையாளங்கள் ஒன்றில் அச்சுறுத்தலுக்கு ஆளாகும் அல்லது இழிவுபடுத்தப்படும் இரண்டு நிலைகளின் விளைவாக மோதல்கள் அதிகரிக்கின்றன. மத சித்தாந்தம் பரந்த சமுதாயத்திலிருந்து அந்நியப்படுத்தப்பட்ட சமூகத்தின் ஒரு பகுதியாகத் தங்களைக் காணும் மனநிலையை மத நம்பிக்கையாளரிடையே உருவாக்குகிறது.

ஒரு நோயைப்போல ஊடுறுவும் வெறுப்பும் அதனைத் தீங்காக மாற்றும் கொள்கைகளும் எல்லா மதத்திற்குள்ளும் நிரம்பியிருக்கின்றன. அரசுகள் சொந்த இலாபங்களுக்காக மக்களின் மத நம்பிக்கைகளில் முதலீடு செய்கின்றன. உண்மையில் ஒருவர் நீதி, அமைதி, சகிப்புத்தன்மை, கௌரவம் போன்ற மனிதக் குணங்களைப் பின்பற்றுவதற்கு மதம் தேவையற்றது. ஆனால் நிலம், சக்தி, நீர், நீதி, பாதுகாப்பு போன்ற வாழ்வின் ஆதாரத்திற்கான அனைத்தையும்

மதங்கள்தான் நிர்வாகம் செய்கின்றன. மனித வாழ்வுக்கான வளங்களை ஒன்றில் இவை அழிக்கின்றன அல்லது மற்றவர்களுக்குக் கிடைப்பதற்குத் தடுக்கின்றன.

மதத்தின் பெயரில் ஒரு போரைத் தொடங்குவதும் அந்தப் போர்களில் வெற்றி கிடைக்கவேண்டும் என்று கடவுளர்களிடம் மன்றாடுவதும் "இராணுவச் செயல்பாட்டிற்கு" "தார்மீக நியாயத்தன்மையை" வழங்குவதாகக் கருதும் யதார்த்த உலகில் அரசியல், பொருளாதாரம் என்பவற்றின் ஒழுங்கமைப்பில் மதம் முக்கிய பங்கு வகிக்கின்றது.

போரில் ஈடுபடும் நாடுகள் அல்லது குழுக்களிடம் அவர்களின் செயலை நியாயப்படுத்தும் காரணங்களின் முக்கிய பங்கை மதம் நிறுவுகின்றது. மத ஆவணங்களில் போர்க் கோட்பாடுகள் உள்ளன. இந்த கோட்பாடுகள் அனைத்தும் பிளேட்டோவும் அரிஸ்டாட்டிலும் விவரித்த அதே அடிப்படை நுண்ணறிவிலிருந்தே உருவாகின்றன. போர், அமைதிக்காக போராடப்படுகிறது. அதாவது, அமைதி என்பது சமூகத்தின் எதிர்பார்ப்புகள் பூர்த்திசெய்யப்படக்கூடிய ஒழுங்குள்ள அமைதி. மேலும் ஒழுங்காக அமைக்கப்பட்ட சமூகத்தை பாதுகாப்பதற்காகவும் போர்கள் முறைப்படுத்தப்படுகின்றன.

பாலுறுப்புகளைத் தீண்டா புனித கரங்கள்

பெரும்பாலும் எல்லோருமே பேசத் தயங்குகின்ற ஆனால் பேச விரும்புகின்ற விடயம். 'சுயஇன்பம்' (masterbate) என்பதைப் பற்றி நாம் யாரும் யாரோடும் வெளிப்படையாகப் பேசிக் கொள்வதில்லை என்பதற்காக அதுபற்றி யாருக்கும் தெரியாது என்று முடிவு செய்துவிட முடியாது.

எனக்கு முப்பத்தியெட்டு வயதாகிறது. நானேகூட இத்தனை காலத்தில் யாருடனும் உரையாடியதில்லை. எழுதியதுமில்லை. எனது பதினொன்றே வயதான சின்ன மகன் "மாஸ்டர்பேட் (masterbate) பண்ணுவது தப்பா" என்று மிக இயல்பாகக் கேட்கிறான்.

இப்படியொரு கேள்வியைக் கேட்பதிலிருந்தே அவன் மிகத் தெளிவாகக் குற்றமற்ற மனநிலையில் இருப்பது தெரிகிறது. உண்மையில் சமூகம் இதுவரை காலமும் எமக்குச் சொல்லித் தந்தது போல சுயஇன்பம் காண்பதொன்றும் குற்றமான செயலோ பேசக் கூடாத இரகசியமோ அல்ல.

சுயஇன்பம் தவறான விசயம் என்ற கட்டமைப்பு இருந்தாலும் இதுபற்றிப் பேசுவதோ அனுபவிப்பதோ ஆண்களைப் பொறுத்தமட்டில் ஆகும் என்றும் பெண்களுக்குத்தான் ஆகாது என்றும் எண்ணிக் கொண்டிருப்பவர்களும் இருக்கிறார்கள். சுயஇன்ப உணர்வு இயற்கையானது. இதில் ஆண் பெண் பால் வித்தியாசமெல்லாம் நாமே உருவாக்கிக் கொண்டதுதான். ஆண்கள் சுயஇன்பம் அடையலாம், பெண்கள் அடையக் கூடாது என்ற விதிமுறைகளையோ, வரையறைகளையோ இயற்கை ஏற்படுத்தவில்லை. தன்னுடைய உடலை

தனது கரங்கள் கொண்டு தீண்டுவதற்கு ஒரு பெண் யாரினுடைய அனுமதியையும் கோரவேண்டியதில்லை.

நம் பிள்ளைப் பருவ காலத்தில் உடலுறுப்புகள் குறித்தோ, சுயஇன்பம் குறித்தோ பெற்றோர்கள் நம்மோடு உரையாடியதில்லை. நம்மை உரையாட அனுமதித்ததுமில்லை. எதுவுமே சொல்லித் தந்ததில்லை. கேட்டதுமில்லை. நமக்குத் தெரிந்ததெல்லாம் உடலைத் தீண்டிக் காணும் இன்பம் மிகப் புனிதமானது. புனிதத்தை மீறிய இன்பம் அது எதுவாக இருந்தாலும், எந்த வழியில் அடைந்தாலும் குற்றம்.

இதையேதான் நமது பிள்ளைகளுக்கும் சொல்லித் தரப் போகிறோமா?

பதினொரு வயதில் சுயஇன்பம் என்றால் என்ன என்றே தெரிந்திருக்காத ஒரு தாயிடம் தான் என் மகன் சுயஇன்பம் பற்றிக் கேட்கிறான். இந்தளவு தெளிவுக்கு வந்துவிட்ட அவனிடம், "ஐயோ, அதெல்லாம் ஆகாது, கூடாது, குற்றம்" என்று முழுப் பூசணிக்காயை சோற்றில் மறைக்க முயல்வது முறையோ சாத்தியமோ இல்லை.

எத்தனை பிள்ளைகளால் இப்படியொரு கேள்வியைத் தாயிடமோ தந்தையிடமோ கேட்பதற்கான சுதந்திரம் அல்லது மனத்துணிவு உள்ளது? இப்படியொரு கேள்வியுடன் நம்மிடம் வரக்கூடியதாக பிள்ளைகளை வளர்த்திருக்கிறோமா? இத்தகைய உரையாடலுக்கான நம்பிக்கையும் பரஸ்பர உணர்வும் பிள்ளைகளுக்கும் பெற்றோர்களுக்குமிடையில் இருக்கிறதா?

மாஸ்டர்பேட் என்ற சொல்லை எப்படிக் கற்றான், எங்கிருந்து கற்றான், யாரிடமிருந்து கற்றான் என்பதை அறிய விரும்பி கேள்வியோடு வந்த மகனுடன் பேச்சுக் கொடுத்தேன். எந்தத் தயக்கமும் இல்லாமல் மிக இயல்பாக அதனை கேட்கவும் செய்தேன். நான் எவ்வளவு இயல்பாகக் கேட்டேனோ, அதைவிடவும் இயல்பாக அவன் பதிலளிக்கவும் செய்தான். விடுதியில் தங்கியிருந்த சொற்ப காலத்தில் அவனை விடவும் வயதில் சற்றுப் பெரிய பையனொருவன் ஆணுறுப்பை கையினால் பிடித்துக் கொண்டிருந்ததைப் பார்த்து முதலில் அதிர்ச்சியும் கூச்சமும் அடைந்து, பார்த்ததை தனது சகபாடிகளுடன் பகிர்ந்து கொண்டிருக்கிறான். இதற்குப் பெயர்தான் மாஸ்டர்பேட் என்று இன்னொரு பையன்

தெளிவாகத் தானும் தனது சகோதரர்கள் வழியாக அறிந்ததாகச் சொல்லியிருக்கிறான்.

பத்துப் பதினொரு வயதிலேயே இதுபோன்ற விடயங்களை ஆண் பிள்ளைகள் பேசிக் கொள்ளத் தொடங்குகிறார்கள். பெண் பிள்ளைகளும் பேசிக் கொள்வார்கள். இந்த நவீன தொழில்நுட்ப உலகில் பதினொரு வயதுப் பிள்ளைகளுக்கு இதெல்லாம் தெரியாது என்று நினைப்பதே அறியாமை.

"உங்க கிளாஸ் பசங்க யாரும் மாஸ்டர்பேட் பண்றதில்லையா" என்ற கேள்விக்கு அவன் நமட்டுச் சிரிப்புடன் ஒரு பதில் சொன்னான். "அது பெரிய அண்ணாங்க பண்றது..."

பெரிய அண்ணன்களோ, சின்னத் தம்பிகளோ யார் செய்தாலும் அது குற்றமோ தவறோ இல்லை என்பதைத்தான் வலியுறுத்த விரும்பினேன். யாராவது மாஸ்டர்பேட் அனுபவித்தார்கள் என்று தெரியவந்தால் அவர்களைப் பொதுவெளியில் கேலி பேசுவது கூடாது. அவர்களைப் பார்த்துச் சிரிக்கவோ அதைப் பற்றி கொசுறு பேசவோ வேண்டியதில்லை. அது யூரின் போவதுபோலச் சாதாரணமான இயல்பான விசயம். இப்படிச் செய்வதால் உடலுக்கோ மனதுக்கோ எந்தக் கெடுதலுமில்லை.

இதை வெளிப்படையாகப் பேசாமல் தவிர்த்திருந்தால் அவன் சுய தேடலில் இறங்கியிருக்கலாம். அதற்கான ஒரு தனிமைச் சூழலை உருவாக்க முயன்றிருக்கலாம். என்னிடமிருந்து விலகியிருப்பதற்கான ஒரு அந்நியத்தன்மையை வலிந்து உருவாக்கியிருக்கலாம்.

ஆனால் அந்த விடுதியில் நடந்த விடயங்கள் மிகுந்த வருத்தத்திற்குரியவையாக இருந்தன. குறிப்பிட்ட அந்தப் பையனைப் பற்றி விடுதி முழுவதும் பேச்சு பரவியிருக்கிறது. விடுதிக் காப்பாளர் தொடங்கி, பள்ளி ஆசிரியர்கள், அதிபர்கள், தலைவர்கள் என்று எல்லார் கவனத்திற்கும் சென்றுவிட்டிருக்கிறது. இந்த பொறுப்பான பதவிகளில் இருந்தவர்களில் பெரும்பாலானவர்கள் ஆண்கள். அந்தப் பதினோராம் வகுப்பில் படிக்கும் மாணவனின் வயதைக் கடந்தவர்கள். குளியலறையிலோ, போர்வைக்குள்ளோ - யாரும் பார்க்கவில்லை என்பதை உறுதிப்படுத்திக் கொண்டு சுயஇன்பம் அனுபவித்தவர்கள். அந்தப் பையனை விடுதியில் தங்கியிருந்த அத்தனை மாணவர்கள் முன்னிலையிலும் அசிங்கப்படுத்தி

"இந்தக் கையால்தானே" என்று கேட்டுக் கேட்டு அவனை அடித்துத் துன்புறுத்திவிட்டார்கள்.

இந்த சம்பவத்திற்குப் பிறகுதான் எனது மகன் இது பற்றி என்னோடு பேசத் தொடங்கியது நடந்தது. "அந்த அண்ணா செய்தது தப்பு" என்றே அவனும் நம்பிக் கொண்டிருந்தான். ஒரு விடுதியில் பிரைவசி மிகவும் குறைந்த சூழலில் மற்ற மாணவர்கள் குறிப்பாக வயது குறைந்தவர்களும் இருக்கையில் அவன் செய்யாதிருந்திருக்கலாம். ஆனால் நடந்துவிட்டது. இந்த விடயத்தில் பள்ளி நிர்வாகமும், விடுதிப் பொறுப்பாளர்களும் எவ்வளவு பொறுப்புணர்வுடன் நடந்திருக்க வேண்டும்! அவனைத் தனியாக அழைத்துப் பேசியிருக்கலாம். ஏனைய விடுதிப் பிள்ளைகளுடன் ஒரு உரையாடலை நிகழ்த்தி, அந்த மாணவனைத் தனிமைப்படுத்திவிடாத ஒரு இயல்பு நிலையை ஏற்படுத்தியிருக்கவேண்டும்.

பால், பாலியல், பாலுறவு பற்றி நம் பிள்ளைகளோடு சாதாரணமாக உரையாடத் தொடங்கினாலே பெரும்பாலான குற்றச் செயல்கள் காணாமல் போய்விடும். பாலியல் தொடர்பான புனிதங்கள்தான் பெரும் கறைகளும் இந்த சமுதாயத்தின் மிகப் பெரிய குறையுமாக இருக்கிறது.

வளரிளம் பருவத்தில் ஆணோ, பெண்ணோ உடலில் நிகழும் மாற்றங்களால் ஒரு விதக் குழப்பத்திற்கும் பதற்றத்திற்கும் ஆளாகியிருப்பது இயல்பானது. இந்தப் பருவத்தில் உடலில் நிகழும் ஹோர்மோன் மாற்றங்களால் உணர்வு நிலை மாறிக் கொண்டேயிருக்கும். நாம் மூடிவைத்திருக்கும் விஷயங்களில் ஆர்வம் அதிகமாக இருக்கும். ஆனால் அது திறந்து பார்த்துவிடுகின்ற வரைக்குமான ஆர்வம்தான்.

பெரும்பாலானவர்கள் இதைப் பற்றி பேசாவிட்டாலும், எந்தவொரு பாலினத்தவராக இருந்தாலும் எந்தவொரு வயதினராக இருந்தாலும் பாலின்பம் பொதுவானது. பருவமடைவதற்கு முன்பே, குழந்தைகள் சில சமயங்களில் தங்கள் பிறப்புறுப்புகளைத் தொடுவதை கண்டுபிடிப்பார்கள். உங்களுக்கு குழந்தைகள் இருந்தால், அவர்கள் அவர்களது பிறப்புறுப்புகளைத் தொடுவதைக் கவனித்தால், குற்றவுணர்வடையச் செய்யாமல், தண்டனையளிக்காமல் இது முற்றிலும் சாதாரணமானது என்பதை அவர்களுக்குத்

தெரியப்படுத்துங்கள். ஆனால் அவர்கள் தனிப்பட்ட முறையில் செய்ய வேண்டிய ஒன்று என்பதையும் புரிய வையுங்கள்.

நபர்கள் வெவ்வேறு காரணங்களுக்காக சுயஇன்பம் செய்கிறார்கள். பெரும்பாலான ஆண், பெண்கள் ஆற்றுகை உணர்வைப் பெறுகிறார்கள். சுயஇன்பம் அடையும் வளரிளம் பருவத்துப் பிள்ளைகளைக் கவனித்தால், அவர்கள் உடலை நன்கு புரிந்து கொள்ள விரும்புகிறார்கள், பாலியல் பதற்றத்தை வெளியிட விரும்புகிறார்கள் என்பதை முதலில் நீங்கள் புரிந்து கொள்ளுங்கள். காரணம் எதுவாக இருந்தாலும், பெரும்பாலான மக்கள் சுயஇன்பம் செய்கிறார்கள். சுயஇன்பம் என்பது, ஒரு பாலியல் கூட்டாளர் அல்லது இணை இல்லாதபோது செய்யும் ஒன்று என்று பலர் நினைக்கிறார்கள். ஆனால் ஒற்றை நபர்கள் மட்டுமல்ல உறவுகளில் உள்ளவர்கள் இருவரும்கூட சுயஇன்பம் அனுபவிக்கிறார்கள்.

சிலர் அடிக்கடி சுயஇன்பம் அனுபவிக்கலாம், சிலர் அரிதாகவே இருப்பார்கள், சிலர் சுயஇன்பம் அனுபவிப்பதில் நாட்டமில்லாதிருக்கலாம். இவ்வாறு வெவ்வேறு நபர்கள் வெவ்வேறு வழிகளில், வெவ்வேறு காரணங்களுக்காக சுயஇன்பம் அனுபவிக்கலாம். சுயஇன்பம் என்பது முற்றிலும் தனிப்பட்ட முடிவு.

ஏதோ காரணங்களால் திருமணமே ஆகாத சிலர் நம்மோடு வாழ்கிறார்கள். அது அவர்களது தெரிவு. சுதந்திரம். அந்த அடிப்படை நாகரிகம் நம் சமூகத்திடமில்லை. அவர்களைப் பற்றி முதுகுப் பின்னால் உலவும் கதைகளில் அவர்கள் பாலுறவுக்குத் தகுதியற்றவர்கள் என்பது, அது 'கையடிக்கும் கேஸ்' என்று கேலி செய்வதுமெல்லாம் மிக எளிய விசயங்களாக இருப்பதைக் காணுகிறோம். கேட்கிறோம். உலகிலேயே அவர்கள் மட்டும்தான் சுயஇன்பம் காணுவதுபோலவும் மற்றவர்களெல்லாம் தங்கள் பாலுறுப்புகளைத் தீண்டா புனித கரங்களைக் கொண்டவர்களைப் போலவும் பேசிக் கொண்டிருப்பார்கள்.

ஒருவரைச் சுயஇன்பம் அனுபவிக்கிறவர், அனுபவிக்காதவர் என்று வகை பிரிப்பதற்கான எந்தக் கருவியும் இங்கில்லை. ஒருவரது தோற்றத்தை, நடத்தையை வைத்து முடிவு செய்கின்ற விடயமுமில்லை இது. இன்னும் சொன்னால் இது

பேசப்படவேண்டியதோ, இரகசியமானதோ இரண்டும் இல்லை. இவை எதுவாக இருந்தாலும் அது இயல்பாக நிகழவேண்டும்.

சுயஇன்பம் காண்பதில் ஆணோ பெண்ணோ அடிமையாகாத வரை உடல் ஆரோக்கியத்திற்கும், மன ஆரோக்கியத்திற்கும் எந்தக் கேடுமில்லை என்று மருத்துவர்கள் பரிந்துரைக்கின்றார்கள். தினமும் சுயஇன்பம் கண்டால் உடலில் இரத்தம் வற்றிவிடும் போன்ற மாயங்களை சமூகம் உருவாக்கி அச்சமூட்டுகிறது. அறிவியலுக்கும் யதார்த்தத்திற்கும் புறம்பான இந்த மாயங்கள் அல்ல நமக்குத் தேவை. மயக்கமில்லாத தெளிவான சமுதாயம் தான் எமக்குத் தேவை.

10, மே 2021
ஹேர் ஸ்டோரிஸ் இணையம்

படுக்கையறைக்கு அப்பால்

1960களில் வரலாற்றில் முதன்முறையாகப் பணியிடத்தில் பெண்கள் ஆண்களை முந்துவதற்கும் வெகுஜன இயக்கத்தைப் பணியிடத்தில் அதிகரிப்பதற்குமான சக்திவாய்ந்த மாற்றத்திற்கு குடும்பக் கட்டுப்பாட்டு மாத்திரைகள் காரணமாக இருந்தன.

கல்லூரிப் படிப்புப் படித்த பெண்கள் உருவாக்கம் பெறத் தொடங்கிய இந்தக் காலப்பகுதி, இல்லத்தரசிகளாக வாழ்வைக் கழிக்கும் அம்மாக்களின் அடிச்சுவடுகளைப் பின்பற்றுவதை நிராகரிக்கத் தொடங்கிய தலைமுறைப் பெண்களின் காலப்பகுதி. அலுவலகத் திறன்களில் ஆண்களுக்கு நிகராக வெள்ளைக் காலர்களுடன் பெண்களும் ஈடுபட்டனர்.

"பிறப்புக் கட்டுப்பாட்டு மாத்திரை எனக்கு குழந்தைகளைப் பெறுவதைத் தாமதப்படுத்தவும், எனது சொந்த நிறுவனத்தைத் தொடங்கவும் வாய்ப்பளித்தது" என்றும், "இது இல்லாமல் எனது நிறுவனத்தைத் திட்டமிட எனக்கு சந்தர்ப்பம் கிடைத்திராது" என்றும் அமெரிக்கப் பெண்கள் பலர் அக்காலத்தில் துணிந்து சொல்லத் தொடங்கினார்கள்.

20 வயதுக்கு முன்பு தாயாக மாறிவிடும் கலாசாரமிருந்த அமெரிக்கப் பெண்கள் 30 வயதுவரையும் கர்ப்பம் தரிக்காதிருக்கத் தெரிந்து கொண்டார்கள். இதனால் வெறுங்காலுடன் வெற்றுத் தரையில் நடப்பதைப் போன்று வெகு சுதந்திரமாகப் பட்டப் படிப்பை அவர்கள் தொடர்ந்தார்கள். குழந்தை பெறுவதைத் தள்ளிவைக்கும் திறனை

மட்டுமல்ல குடும்பக் கட்டுப்பாட்டு மாத்திரை பெண்களின் மன அழுத்தத்தையும் கணிசமானளவு தணித்தது. சொந்த உடலின் மீது கட்டுப்பாட்டைக் கொண்டிருப்பதும், சரியானதைத் தேர்வு செய்வதற்கு ஒரு ஆணை நம்பாமல் இருப்பதும் ஒரு பெண்ணுக்கு வாழ்வில் ஏராளமான சுதந்திரத்தை அளிக்கும் என்பதை உணர்ந்த தசாப்தம் இது.

தொழில்முனைவோர், வக்கீல்கள், மருத்துவர்கள், பிற தொழில் வல்லுநர்கள் குழந்தைகளைப் பெறுவதைத் திட்டமிட முடிந்த வாழ்வின் ஒரு பகுதியாக குடும்பக்கட்டுப்பாட்டு மாத்திரைகள் மாறத் தொடங்கிய ஆரம்ப காலத் தசாப்தத்தின் தேர்வுகளின் எதிரொலிகளை இன்றும் உணர முடியும். பிறப்புக் கட்டுப்பாட்டு மாத்திரை இல்லாவிட்டால், பெண்கள் நிச்சயமாக அத்தகைய சக்திவாய்ந்த மூத்த பதவிகளைப் பெற்றிருக்க மாட்டார்கள் என்று நம்பக்கூடிய அரசியல், சமூக விருப்பம் நிச்சயமாகவே அக்காலப்பகுதியில் இருந்தது. பிறப்புக் கட்டுப்பாட்டு மாத்திரையின் வருகை பெண்ணியத்தின் இரண்டாவது அலையுடனும் சம உரிமைகளுக்கான போராட்டத்துடனும் ஒத்துப்போனது. வெகுஜன இயக்கங்களில் ஆண்களுடன் ஆடுகளத்தை சமன் செய்ய குடும்பக் கட்டுப்பாட்டு மாத்திரை பெண்களுக்கு ஒரு உறுதியான கருவியாகக் கைகொடுத்தது.

பாலியல் புரட்சியைத் தூண்டியதற்குக் கருத்தடை மாத்திரை நிச்சயமாக ஒரு காரணியாக இருந்தது என்பதை மறுப்பதற்கில்லை. கர்ப்பம் தரிப்பதைப் பற்றி அவர்கள் இனி கவலைப்பட வேண்டியதில்லை என்பதால், திருமணத்திற்கு வெளியே உடலுறவு கொள்வதன் பயத்திலிருந்தும் இது அவர்களை விடுவித்தது. மூடப்பட்டிருந்த கதவுகள் வழியாகப் பெண்கள் நடந்து செல்ல இந்த மாத்திரை வழிவகுத்தது. சமுதாயத்தால் கட்டுப்படுத்தப்படும் அதிகாரத்திலிருந்து விடுவித்துக் கொள்வதற்குப் பெண்கள் தங்கள் உடலைக் கட்டுப்படுத்துவதும், குழந்தை பெறுவதைக் கட்டுப்படுத்துவதும் அவசியமாகின்றது. பணம் சம்பாதிக்க விரும்பிய பெண்கள், தொழில்துறைகளில் உயர்ந்த இலக்குகளை அடைய விரும்பிய பெண்கள் கருவுறுதலின் காலவரிசையைத் தங்களுக்கு ஏற்றமாதிரியாகக் கட்டுப்படுத்திக்

கொள்வதற்கும் பொருளாதார வளர்ச்சியில் தங்களின் இணைந்த செயலாக்கங்களை உறுதிசெய்வதற்கும் குடும்பக் கட்டுப்பாட்டு மாத்திரை பெரும் பங்கு வகித்தது.

1960 களில் பெண்கள் விடுதலை இயக்கம், சிவில் உரிமைகள், போர் எதிர்ப்பு இயக்கங்களுடன் வேகத்தை அதிகரித்தது. இது மிகப்பெரிய மாற்றத்தின் காலம், குறிப்பாக பெண்களுக்கு. மகிழ்ச்சியான இல்லத்தரசியின் உருவத்தை மகிமைப்படுத்துவதாக பிரபலமான கலாசாரம் இருந்தாலும், உண்மையில், ஏராளமான அமெரிக்கப் பெண்கள் வீட்டிற்கு வெளியே வேலை செய்தனர். இரண்டாம் உலகப் போருக்குப் பிறகு பெண் வேலைவாய்ப்பு விகிதம் குறைந்துவிட்டது. ஆனால் 1954 வாக்கில் போரின் உச்சத்தை விட அதிகமான பெண்கள் தொழிலாளர் தொகுப்பில் இருந்தனர். பெரும்பாலான பெண்கள் ஆசிரியர்கள், செவிலியர்கள், பணியாளர்கள், செயலாளர்கள் அல்லது தொழிற்சாலை தொழிலாளர்கள் என குறைந்த ஊதியம் பெறும் வேலைகளில் பணியாற்றினர். 1964 ஆம் ஆண்டின் சிவில் உரிமைகள் சட்டம், வேலைவாய்ப்பு, கல்வி பாகுபாட்டை அமெரிக்காவில் தடைசெய்தது. பெண்கள் தொழில் துறைகளுக்குச் செல்வதைச் சாத்தியமாக்கியது. இந்த அனைத்து மாற்றங்களிலும் பிறப்புக் கட்டுப்பாட்டு மாத்திரையும் ஒரு குறிப்பிடத்தக்க பங்கைக் கொண்டிருந்தது. ஏறக்குறைய 100% கருவுறுதல் கட்டுப்பாட்டுடன், பெண்கள் மாத்திரைக்கு முன்னர் ஒருபோதும் சாத்தியமில்லாத ஒரு தொழில் அல்லது பட்டத்தைத் தொடர குழந்தைகள் பிறப்புகளை ஒத்திவைக்க முடிந்தது.

ஒரு தசாப்தத்திற்குப் பிறகு, “விடுதலை” என்றும் “புரட்சி” என்றும் பெண்களால் பாராட்டப்பட்ட அதிசய மருந்து பெண்ணியவாதிகளின் தாக்குதலுக்கு உள்ளானது. 1970இல் இடம்பெற்ற பல விசாரணைகள் குடும்பக் கட்டுப்பாட்டு மாத்திரையின் சுகாதார அபாயங்களைக் கவனத்திற்குக் கொண்டு வந்தன. பல பெண்கள் கோபமடைந்தனர். பெண்ணியவாதிகள் இப்போது மாத்திரையை பெண்கள் வாழ்வில் ஆணாதிக்க கட்டுப்பாட்டுக்கு மற்றொரு எடுத்துக்காட்டாகப் பார்த்தார்கள். மாத்திரை மீதான பெண்களின் ஏமாற்றம் அமெரிக்க சமுதாயத்தின் புதிய பெண்ணிய விமர்சனத்திற்கு ஊட்டமளித்தது. பிறப்பு கட்டுப்பாட்டு முறைகள் ஏன்

பெண்களின் பொறுப்பாக இருக்க வேண்டும்? ஆண்கள் ஏன் மருத்துவத் தொழிலையும் மருந்துத் துறையையும் கட்டுப்படுத்துகிறார்கள்? இதன் விளைவாக பெண்களின் சுகாதார நலன்கள் பாதிக்கப்படுகின்றனவா? போன்ற கேள்விகளைப் பெண்கள் கேட்கத் தொடங்கினர்.

மாத்திரை சர்ச்சை அறிவியலினதும் மருத்துவத்தினதும் நிலையை ஒழுங்கமைக்கவும் எதிர்ப்பு தெரிவிக்கவும் பெண்ணியவாதிகளை ஊக்குவித்தது. பெண்கள் எழுந்து நின்று பேசினாலும், அவர்களின் உடல்நலப் பாதுகாப்பில் செயலற்ற பங்கேற்பாளர்களாக இருக்க மறுத்ததாலும், அவர்கள் அமெரிக்க சுகாதாரப் பாதுகாப்பு முறைமையில் நீடித்த மாற்றங்களை அடைந்தனர்.

இன்னும் மாத்திரையைச் சுற்றியுள்ள கேள்விகள் தீர்க்கப்படாத நிலையில் சுகாதாரப் பாதுகாப்புடன் பெண்களின் கர்ப்பத்தைத் தடுப்பதை யார் கட்டுப்படுத்த வேண்டும் என்ற பெண்ணியவாதிகளின் விவாதம் தொடர்கின்றது.

ஆனால் இன்று உலகம் பூராகவும் வளர்ச்சியடைந்த வளர்ச்சியடையாத அனைத்து நாடுகளிலும் குடும்பக் கட்டுப்பாட்டு மாத்திரைகள் மட்டுமல்ல வேறுபல குடும்பக்கட்டுப்பாட்டு முறைகளும் மருத்துவ சந்தைகளில் பரவலாகக் கிடைக்கின்றன. குறுகிய கால - நீண்ட காலக் குடும்பக் கட்டுப்பாட்டு முறைகளைப் பெண்கள் தங்களின் தேவைக்குத் தகுந்த விதமாகத் தெரிவு செய்து கொள்கின்றனர்.

- ஸ்டெர்லைசேஷன் (அறுவை சிகிச்சை)
- மாத்திரை (இதில் கர்ப்பத்தைத் தடுக்கும் ஹார்மோன்கள் உள்ளன)
- கருப்பையக சாதனம் (IUD) போன்ற நீண்டகாலம் மீளக்கூடிய கருத்தடை

வரலாறு முழுவதும், கருத்தடை, பிறப்புக் கட்டுப்பாட்டுக்கான பெரும்பாலான பொறுப்பு பெண்கள் மீதே விழுந்துள்ளது. பிறப்புக் கட்டுப்பாட்டு மாத்திரைகள் கண்டறியப்படாத காலத்தில் இயற்கையான மூலிகைகளையும், வேர்கள், தண்டுகள், பட்டைகளையும் இடித்து தேனுடன் கலந்தும்,

அவித்து நீரை அருந்தியும் குழந்தைப் பிறப்பைத் தள்ளிப்போட்டு அல்லது கருக்கலைப்புச் செய்தும் நம் முற்காலப் பெண்கள் பாதுகாத்துக் கொள்ள முயன்றார்கள். இவற்றினால் நச்சுத்தன்மை உடலில் ஏறி பல்வேறு பாதிப்புகளை எதிர்கொண்டதும், உயிரையே இழந்ததும் முற்காலப் பெண்களின் அனுபவங்களாக இருந்தன.

கர்ப்பத்தைத் தடுப்பதில் ஆண்களின் பங்கு ஆணுறைகளுடன் (பிறப்புக் கட்டுப்பாட்டுக்கான மற்றொரு பிரபலமான முறை) மட்டுப்படுத்தப்பட்டுள்ளது. வாஸெக்டோமி (vasectomy) என்பது ஆண் கருத்தடை அல்லது நிரந்தர கருத்தடைக்கான ஒரு அறுவை சிகிச்சை. விந்தணுக்கள் சிறுநீர்க்குழாய்க்குள் நுழைவதைத் தடுப்பதன் மூலம் பெண்ணுடனான உடலுறவில் அவள் கருத்தரிப்பதைத் தடுக்கும். இந்த சிகிச்சை முறையைப் பல குழந்தைகளுக்குத் தகப்பனாக மாறிய பிறகும்கூட ஆண்கள் தேர்வு செய்வதில்லை. எத்தனை குழந்தைகள் பெற்றுக் கொண்டாலும் என்ன மாதிரியான உடல் உபாதைகளையும் பக்கவிளைவுகளையும் தாங்க நேர்ந்தாலும் பெண்ணே தான் பிறப்புக் கட்டுப்பாடு செய்து கொள்ளும் வழக்கமே நம் சமூகத்தில் உள்ளது.

மருத்துவ விஞ்ஞான உலகம் ஆண்களுக்கான பிறப்புக்கட்டுப்பாட்டு மாத்திரையை நீண்ட காலமாகத் தேடிக் கொண்டே இருக்கின்றது.

ஹார்மோன் அடிப்படையிலான ஆண் பிறப்புக் கட்டுப்பாட்டு மாத்திரையைத் தேர்ந்தெடுப்பதை ஆண்கள் வரவேற்பார்கள் என்று மேற்கத்தேய நாடுகளில் இடம்பெற்ற ஆராய்ச்சி முடிவுகள் காட்டியபோதும், பாதுகாப்பான, நம்பகமான, பயனுள்ள ஆண் பிறப்பு கட்டுப்பாட்டு மாத்திரையைக் கண்டுபிடிக்கும் பணி இன்னும் மெதுவாகவே நடக்கின்றன. ஆமை நகர்வதை விடவும் மெதுவாக.

இதுவரைகாலம் நடந்த ஆராய்ச்சிகளின் அடிப்படையில், விந்தணுக்களின் உருவாக்கத்தை மெதுவாக நிறுத்துதல், விந்து உடலை விட்டு வெளியேறுவதைத் தடுத்தல், விந்து அதன் இலக்கை அடைவதைத் தாமதப்படுத்துதல் போன்ற ஏதாவது ஒரு செயற்பாட்டை நிகழ்த்துவதற்கான ஒரு

ஹார்மோனை இன்னமும் கண்டுபிடிக்கத்தக்க அறிவியல் வளர்ச்சி இந்த உகத்திற்கு வரவில்லை என்பது, ஆண் பிறப்பு கட்டுப்பாட்டு முறைகளை அறிமுகப்படுத்துவதில் அறிவியல் கூட தந்திரமானதாகவே உள்ளதென்றே புரிந்து கொள்ளச் செய்கின்றது.

இதுவரை, இதில் பெரும்பாலான முயற்சிகளைப் பரிசீலித்த அறிவியல், ஆண்களுக்கான பிறப்புக்கட்டுப்பாட்டு மாத்திரைகளை விடவும் ஊசி செலுத்துவதற்கான வாய்ப்புகள் உள்ளதென்றும், ஆனால் இவை கல்லீரலுக்குச் சிக்கல்களை உருவாக்கும் என்றும் உடல் எடை அதிகரிப்பு, மனநிலை மாற்றங்கள், முகப்பருபோன்ற பக்கவிளைவுகளை உருவாக்கலாம் என்றும் கண்டறிந்து, அவை சிறந்ததல்ல என்ற முடிவுக்கு வந்தன. ஆனால் பெண்கள் எடுத்துக் கொள்ளும் குடும்பக் கட்டுப்பாட்டு மாத்திரைகள், ஊசிகள், இதர முறைகள் பலவும் நிரம்பவும் பக்கவிளைவுகள் கொண்டவை. திருமணத்திற்குப் பிறகு, ஒரு குழந்தையைப் பெற்ற பிறகு பெண்கள் பலர் உடல் எடை அதிகரிப்பை எதிர்கொள்வதற்குப் பிரதான காரணமே அவர்கள் எடுத்துக் கொள்ளும் குடும்பக் கட்டுப்பாட்டு மாத்திரைகள், ஊசிகளே. ஆண்களின் கட்டுப்பாட்டு மாத்திரையில் அறிவியலுக்கு இருக்கும் அக்கறை பெண்களின் உடல் எடை, மன அழுத்தங்கள், முகப்பருக்களில் இல்லை.

2012 ஆம் ஆண்டில், ஒரு நாளைக்கு ஒரு முறை கைகளின் மேற்பரப்பில் தேய்க்கும் ஹார்மோன் அடிப்படையிலான ஜெல், குறைந்த பக்க விளைவுகளை மட்டுமே கொண்ட விந்தணுக்களின் எண்ணிக்கையை கணிசமாகக் குறைக்கும் என்று கண்டறியப்பட்டது. இந்த ஆய்வுகள் இன்னமும் தொடர்ந்தபடியே உள்ளன.

ஹார்மோன் கலவை ஊசி பற்றிய ஒரு பெரிய ஆய்வு 2016இல் மிக நம்பிக்கையான வாக்குறுதிகளுடன் தலை காட்டியது. சில பக்க விளைவுகளுடன் கூட, ஆய்வுக்குப் பிறகு நேர்காணல் செய்யப்பட்டவர்களில் 75% அதை மீண்டும் பயன்படுத்துவதாகக் கூறினர்.

RISUG எனப்படும் ஒரு செயல்முறை - விந்தணுக்களை மாற்றியமைக்கக்கூடிய தடுப்பு பற்றியும் பேசப்பட்டது. இதுவொரு ஊசியினால் செலுத்தக்கூடிய மருந்து என்றும், இந்த ஊசிக்குப் பிறகு, விந்து உடலை விட்டு வெளியேற முடியாது எனவும், சூழ்நிலைகள் மாறினால் மற்றொரு ஷாட் மருந்தை ஊசி மூலம் ஏற்றி அடைப்பை அழித்து நடைமுறையை மாற்றியமைக்கலாம் என்று சொல்லப்பட்டது.

2019ஆம் ஆண்டின் முற்பகுதியில் 82 ஆண்களைக் கொண்டு நிகழ்த்தப்பட்ட ஒரு ஆய்வில், ஒரு மாதத்திற்கு ஒவ்வொரு நாளும் பயன்படுத்தும் டைமெண்ட்ரோலோன் அன்டெக்கானோயேட் (டி.எம்.ஏ.யு) (Dimethandrolone undecanoate - DMAU) என்ற ஹார்மோன் அடிப்படையிலான மாத்திரை பாதுகாப்பானது என்று தீர்மானிக்கப்பட்டது. சோதனைகளில் இது கடுமையான பக்க விளைவுகளையும் ஏற்படுத்தவில்லை எனவும் சொல்லப்பட்டது.

மற்றொரு நம்பிக்கைக்குரிய மாத்திரை என 11-MNTDC குறித்த ஆராய்ச்சி முடிவுகள் 2020 பெப்ரவரியில் வெளியாகின. ஹார்பர்-யு.சி.எல்.ஏ மருத்துவ மையத்தில் உள்ள லாஸ் ஏஞ்சல்ஸ் பயோமெடிக்கல் ஆராய்ச்சி நிறுவனமும் வாஷிங்டன் பல்கலைக்கழகமும் 43 ஆண்களில் 2017 நவம்பர் 9 முதல் 2019 பெப்ரவரி 5 வரை மருத்துவ சோதனைகளை நடாத்தி ஆண்கள் தினமும் எடுத்துக் கொள்ளக்கூடிய பிறப்புக் கட்டுப்பாட்டு மாத்திரை முடிவுகளை அறிவித்தது.

இவ்வாறு சோதனைகள் நடந்தபடியேதான் இருக்கின்றன. அறிவியல் உலகம் வாக்குறுதிகளைத் தந்து கொண்டேதான் இருக்கின்றது.

எத்தனை சுதந்திரமான ஒரு பெண்ணாயினும் அவளது உடலை ஆண்களின் அறிவியல் கண்டறிந்த ஏதோவொரு பிறப்புக்கட்டுப்பாட்டு ஆயுதமே பிடித்துக் கொண்டுள்ளது. அலட்சியம், பொறுப்பின்மை போன்ற ஆண்களுக்கே உரிய பண்புகளால் அவர்கள் ஆணுறையைப் பயன்படுத்தத் தவறும்போது ஒரு பெண் அடையும் மனஉளைச்சலும், அவளின் மாதவிடாய்த் திகதி தள்ளிப்போகும்போதும், வழக்கம்போலச் சாதாரணமாக ஒவ்வொரு மாதமும்

உதிரப்போக்கு ஏற்படாதபோதும் உருவாகும் பயமும் பதற்றமும் ஒருபோதும் ஆண்களால் புரிந்து கொள்ளக்கூடியதில்லை. அது புரிந்து கொள்ளப்பட்டிருந்தால் ஆண்களும் பயன்படுத்தக்கூடிய கருத்தடை முறைகளை அறிவியல் எப்போதோ கண்டறிந்து சந்தைக்குக் கொண்டுவந்திருக்கும்.

30 மே 2021
ஹேர் ஸ்டோரிஸ் இணையம்

இரு முனைகள் கொண்ட வாள்

கடந்த இரு தசாப்தங்களாக ஊடகங்களில் அதிகம் கையாளப்பட்ட தலைப்புகளில் முஸ்லிம் சமூகம், இஸ்லாமிய மத அடிப்படைவாதம், தீவிர இஸ்லாம், இஸ்லாமியோபோபியா ஆகிய பிரயோகங்கள் அதிக இடத்தைப் பிடித்துள்ளன.

அடிப்படைவாதம், தீவிர இஸ்லாம், இஸ்லாமியோபோபியா ஆகிய மூன்று சொற்றொடர்களும் ஒன்றோடொன்று இணைந்தவை அல்லது ஒரே மாதிரியானவை என்ற கருதுகோள்களுடனே பெரும்பாலான ஊடகங்கள் பயன்படுத்துகின்றன. சில எழுத்தாளர்களும் சர்ச்சைக்குரிய இந்த சொற்றொடர்கள் குறித்து மீண்டும் மீண்டும் கடுமையான திணிப்புகளைப் பிரயோகித்துவருகின்றனர்.

ஒரு முஸ்லிம் பெண்ணாகவும், இந்தச் சொற் பிரயோகங்களை நீண்ட காலமாகப் பிரயோகிக்கத் தள்ளப்பட்ட ஒருவராகவும் இவை குறித்த சில நுணுக்கமான பார்வைகள் எனக்கிருப்பதாக நம்புகிறேன். சிலர், முஸ்லிம் சமூகம் பற்றிய எதிர்மறையான கருதுகோள்கள் எல்லாவற்றையும் இஸ்லாமியோபோபியா என்ற ஒரு வடிவத்திற்குள் கொண்டுவருகின்றனர். எதிர்மறையான வாதங்களை முன்வைக்கும் எல்லாரையும் எல்லாக் கலை அம்சங்களையும் முஸ்லிம் வெறுப்பாளர்கள், மேலைத்தேய நிகழ்ச்சி நிரலாளர்கள் என்று முத்திரை குத்திவிடுவது மிக எளிதாகச் செய்யப்படுகின்றது.

இந்தச் சொற்களையும் இதன் அரசியல் பின்புலன்களையும் கேள்வியுற்றிராத அறியாத

காலத்தில் மத அடிப்படைவாதத்தின் விளைவுகளால் பாதிக்கப்பட்ட என் போன்ற பெண்ணையே இஸ்லாமிய வெறுப்பாளர் என்று காண்பிப்பதற்குச் செய்யப்பட்ட இன்னமும் செய்யப்படுகின்ற முயற்சிகளையும் அதன் அரசியலையும் பார்த்துக் கொண்டிருக்கிறேன். விளங்கிக் கொண்டுமிருக்கிறேன். மேலைத்தேய உலகின் இஸ்லாமியோபோபியோ என்ற சொல்லின் அரசியலையும், மத அடிப்படைவாதம் தான் வாழும் சமூகத்திற்குள் மத நம்பிக்கைகளின் பெயரில் எதைத் தருகின்றது என்பதையும் தெளிவாக விளங்கிக் கொண்டிருப்பவர்களுக்கு என் நிலைப்பாடுகள் அதிர்ச்சியை ஏற்படுத்த முடியாது. துரதிருஷ்டவசமாக கல்வியலாளர்கள் என்று மதிக்கப்படுவோரும் கற்ற சமூகத்தின் பெரும்பகுதியினரும் மதஅடிப்படைவாதிகளாக இருக்கிறார்கள். பெண்கள் உட்பட. இவர்கள் மத, கலாசார உரிமைகள், முஸ்லிம் சமூகத்தின் கௌரவம் என்கின்ற பதாதைகளின் கீழ் முல்லாக்களின் கடமைகளைப் புத்திசாலித்தனமாகச் செயல்படுத்துகிறார்கள். உண்மையில் அவற்றை அவர்கள் அறியாமல் செய்கிறார்கள். அவர்களைப் பொறுத்தவரை உரிமைகளையும் கௌரவங்களையும்தான் தூக்கிப்பிடிக்கிறார்கள். ஆனால் அவர்கள் அறியாமலேயே தீவிர மதப்பற்றாளர்களாக வெளிப்படுகிறார்கள். இந்த வேறுபாட்டை அல்லது குழப்பத்தைப் புரிந்து கொள்வதற்கு இஸ்லாமியோபோபியா என்ற சொல்லிலேயே பொருள் உள்ளது.

இஸ்லாமியோபோபியா - அதாவது, "ஃபோபியா" (phobia) என்ற சொல்லானது, "போபோஸ்"(Phobos) எனப்படும் பண்டைய கிரேக்கச் சொல்லிலிருந்து வந்தது. இதன் பொருள் வெறுப்பு. அதாவது இதுவொரு மனநலக் கோளாறைக் குறிக்கிறது. குறிப்பிட்ட பொருள் ஒன்றினால், செயல் ஒன்றினால், அல்லது சூழல்களால் தூண்டப்படும் வெறுப்பு.

இஸ்லாமோபோபியா (Islamophobia), ஜெனோபோபியா (Zenophobia), ஹோமோபோபியா (Homophobia) ஆகியன ஒரே மாதிரியான பொருள் கொண்ட வேறுபட்ட பயம் அல்லது வெறுப்பைக் குறிக்கின்றன. 1960களில் மருத்துவ வரையறைக்குள் மட்டும் கையாளப்பட்டுவந்த இந்தச் சொற்கள்

பிற சமூகங்களுக்கு எதிரான பகுத்தறிவற்ற அச்சத்தை விவரிக்கப் பின்னர் பயன்பட்டன.

இஸ்லாமிய அச்சுறுத்தல் என்பது, முஸ்லிம்களாக மத நம்பிக்கையுடன் அதற்குண்டான கலாசார பண்பாட்டுக் கௌரவங்களுடன் வாழ்வதற்கு முஸ்லிம்களுக்குப் பயத்தை விதைக்கும் பாரபட்சத்தைக் குறிக்கின்றது. இஸ்லாமோபோபியாவின் வரம்பு நிச்சயமாக மாறுபடும். இது பாதிப்பில்லாதது போன்றவற்றைக்கூட ஆராய்ந்து, முழுமையாக அடித்து நொறுக்குவதற்கும் அவமதிப்பதற்கும் செல்லக்கூடும்.

சூப்பர் மார்க்கட்டுக்களிலும், பொதுப் போக்குவரத்துக்கள், மருத்துவமனைகளிலும் எல்லா இடங்களிலும் முகம் மறைத்த பெண்களை மக்கள் முறைத்துப் பார்க்கிறார்கள். முகத்தை மறைக்கும் அடர்ந்த தாடி வளர்த்ததற்காக முஹம்மது என்ற பெயருடன் ஒரு முஸ்லிம் அடையாளப் பெயரைச் சுமப்பதற்காக ரயில் நிலையங்களிலும், விமான நிலையங்களிலும் ஆண்கள் விசாரணைக்குத் தள்ளப்படுகின்றார்கள். இவை மேற்கத்திய உலக வழிகாட்டுதல்கள் பரிந்துரைத்த பிரச்சாரங்களால் விளைந்த பயம் அல்லது வெறுப்பின் விளைவுகள்.

9/11 தாக்குதலுக்குப் பின்னர், முஸ்லிம்கள் அனைவரும் குண்டுகளைக் கட்டிக்கொண்டு அலைபவர்கள் போன்ற விம்பத்தைக் கட்டியமைப்பதில் வெகுஜன ஊடகங்கள் வெற்றிகண்டுள்ளன. மேற்கத்திய நாடுகளிலும், ஆசிய நாடுகளிலும் வலதுசாரிகளும் அரசியல் கட்சிகளும் இந்த யோசனையைத் தூண்டுவதில் பங்களித்துள்ளார்கள். இன்னமும் பங்களித்து வருகிறார்கள்.

நாம் வாழும் சூழல் மேற்கத்திய உலகின் இஸ்லாமிய வெறுப்பு எனும் நச்சுக்காற்றில் மோசமாக மாசடைந்துள்ளது. 2019 இல் கொழும்பில் இடம்பெற்ற ஈஸ்டர் குண்டுத்தாக்குதலுக்குப் பிறகு இலங்கை சிறுபான்மை முஸ்லிம்களின் இருப்பும் கௌரவமும் முழுமையான ஒடுக்குதலுக்கும் அவமதிப்புக்கும் உள்ளாகியுள்ளது. பௌத்த பேரினவாதம் கொவிட் தொற்றினால் இறந்த இஸ்லாமியர்களின் உடலைத் தீயில் பொசுக்கிக் குளிர்காய்வது வரை முஸ்லிம்களின் உரிமைகளும் கௌரவமும் அடித்து நொறுக்கப்பட்டது.

இந்தியாவில் மாட்டு இறைச்சி அரசியல் தொடங்கி குடியுரிமைச் சட்டத் திருத்தம் வரை சிறுபான்மை முஸ்லிம்களை ஒடுக்குவதை அடிப்படையாகக் கொண்ட வலதுசாரி அரசின் நிகழ்ச்சி நிரல்கள் நீள்கின்றன.

முஸ்லிம்கள் ஆபத்தானவர்கள், தீவிரவாதிகள் என்கின்ற அச்ச உணர்வை பொதுச்சமூகத்திடம் விதைத்து அரசுகள் நிகழ்த்தும் வெறுப்பரசியல் நிகழ்ச்சி நிரல் நாட்டுக்கு நாடு வேறுபடுகின்றது. ஆனால் உலகம் பூராகவும் ஒரு பொதுத்தன்மையுடன் இந்த வெறுப்பரசியல் செயல்படுத்தப்படுகின்றது.

இஸ்லாம் அடிப்படைவாதம்

மத அடிப்படைவாத சிந்தனையை வரையறுக்கக்கூடிய ஒரு முக்கியமான அளவுகோல் அவர்களின் பார்வை. மதநம்பிக்கை கொண்டவர்கள் எல்லாரும் மத அப்படைவாதிகள் என்று முடிவு செய்வதற்கில்லை.

அடிப்படைவாதத்தின் இறுதி நோக்கம் இஸ்லாத்தை ஒரு மத நம்பிக்கையாக வைத்திருப்பதற்கு பதிலாக அதை அரசியலாக்குவதே என்பதை கடந்த இரண்டு தசாப்தகால இஸ்லாமிய சமூகத்தின் இயங்கியலில் இருந்தே புரிந்து கொள்ள முடியும்.

மத அடிப்படைவாதத்தின் கூறுகள் வெவ்வேறு தன்மைகளைக் கொண்டுள்ளன.

- இஸ்லாத்தை அரச மதமாக நிறுவுதல். இந்துத்துவ ஆட்சி நடக்கும் இந்தியாவில் சிறுபான்மை முஸ்லிம்கள் ஒடுக்கப்படுவதைப் போல பௌத்த பெரும்பான்மை சிங்களவர்களின் ஆட்சியில் இலங்கைச் சிறுபான்மை முஸ்லிம்கள் ஒடுக்கப்படுவதுபோலவே இஸ்லாமியப் பெரும்பான்மை மத ஆட்சிகள் நடைபெறும் நாடுகள் முஸ்லிமல்லாதவர்களை விலக்குகின்றன. இஸ்லாமிய ஆட்சிகள் நடைபெறும் நாடுகளில் முஸ்லிம் அல்லாத சிறுபான்மையினர் ஒடுக்கப்படுகிறார்கள் அல்லது

அவர்கள் நாட்டின் நலன்களிலிருந்து உள்வாங்கப்படாமல் புறக்கணிக்கப்படுகின்றார்கள்.

விதிவிலக்காக மொராக்கோ மன்னர், யூத-விரோத உள்ளடக்கங்களைக் கொண்ட பள்ளிப் புத்தகங்களைத் திருத்துவதற்கு ஒரு குழுவை வைத்துள்ளார். யூத கலாச்சாரத்திற்காக அர்ப்பணிக்கப்பட்ட ஒரு மையமான பேட்டக்கிராவை (அரபு மொழியில் நினைவகம்) திறந்து வைத்தார்.

லெபனான் ஒரு புரட்சிகரமான எடுத்துக்காட்டு. 2019 முதல், பொருளாதார காரணங்களுக்காக தொடங்கப்பட்ட போராட்டங்களில் பெருஞ் சாலைகளில் ஒன்றுகூடிய முஸ்லிம் பிரிவுகளும் கிறிஸ்தவர்களும் லெபனான் கொடிகளுடன் "போதும்! நாங்கள் அனைவரும் குடிமக்கள்" என்பதாக ஒன்றுபட்டுக் கோஷமிட்டார்கள். குறுங்குழுவாத அட்டையில் நீண்டகாலமாக விளையாடிவரும் லெபனான் அரசாங்கத்தின் முகத்தில் இந்த மக்கள் புரட்சி ஓங்கி அறைந்தது.

• ஷரியாவை அரசியலமைப்பாக்குதல். இறை விசுவாசத்திலிருந்து விலகியோரை (முர்தத்) என்கின்ற இஸ்லாமியச் சட்டம். இஸ்லாத்தில் நம்பிக்கையற்றவர்கள் காபிர்கள் / துரோகிகள் என்று வரையறுப்பது. விபச்சாரத்திற்கு மரணதண்டனை அளிப்பது போன்ற சட்டங்கள். திருமணத்திற்கு முன்பு பாலியல் ரீதியாக செயல்படுகிறவர்களையும் எல்ஜிபிடி சமூகத்தையும் இது கடுமையாகக் கண்டம் செய்கின்றது. மேலும் இது பெண்களின் அடக்குமுறையை ஆதரிக்கிறது. திருடியவர்களின் கைகளை வெட்டுவதை இது சரி காண்கின்றது.

• அடிப்படைவாதிகள் சர்வாதிகாரப் போக்குக் கொண்ட ஒற்றைத்தன்மையைப் பார்க்கிறார்கள். பில்லியன் கணக்கான மக்களை ஒரே அச்சுடன் வடிவமைத்து, அவர்களின் தனித்துவத்தை அழிப்பதை நினைத்துப் பார்க்க முடியாது. ஆனாலும் இவர்கள் முஸ்லிம் சகோதரத்துவத்தை ஓரணியாக்கும் ஒற்றைத்தன்மைக்கு

முயல்கிறார்கள். இதிலிருந்துதான் ஒற்றைக்கலாசாரம் என்ற அடையாளம் வகுடெடுக்கின்றது. உலகம் முழுவதும் வாழும் முஸ்லிம்கள் அனைவரையும் ஒரேவிதமாக உடை அணியவைப்பது ஒரு அரசியல் நிகழ்ச்சி நிரல். இது வித்தியாசங்களையும், வேறுபட்ட கலாசாரங்களையும் சவால் செய்யும் நடவடிக்கை. முஸ்லிம்கள் உலகத்தின் எந்த மூலையில் வாழ்ந்தாலும் அவர்கள் ஒரேவிதமாகத் தோன்றவேண்டும் என்கின்ற அரசியல் நிகழ்ச்சி நிரல் ஒழுங்குபடுத்தப்பட்டது.

- ஜிஹாத் எனப்படும் தந்திரமான செயல். ஐ.எஸ்.ஐ.எஸ் போன்ற ஜிஹாதி இஸ்லாமியவாதிகளின் கூற்றுப்படி, அல்லாஹ்வின் பெயரால் ஒரு போரைத் தொடங்குவது முற்றிலும் ஆகுமானது, முறையானது. மோசமான போரையும், ஜிஹாதிசத்தை அனைத்து இஸ்லாமியர்களும் ஆதரிக்கவில்லை. ஆனால் இறுதிநாளையும் உலக அழியும்போது உலக மக்கள் அனைவரும் இஸ்லாமியர்களாக மட்டுமே இருப்பார்கள் என்றும் நம்புகிறார்கள். உலகிலுள்ள 87.8 டிரில்லியன் மக்களையும் ஒரே மத நம்பிக்கையும், ஒற்றை அடையாளமும் கொண்டவர்களாக மாற்றுவதற்கே ஐ.எஸ்.ஐ.எஸ். போன்ற தீவிரவாத அமைப்புகள் முனைகின்றன.

  ஈரான் போன்ற நாடுகள் சமூக, அரசியல், பொருளாதார அணுகுமுறைகள் அனைத்திலும் தீவிரவாதத்தின் முழு இலக்குகளையும் அடையும் நிறுவன ரீதியான இஸ்லாமிய ஆட்சியைச் செய்கின்றன.

இந்த நான்கு பொது மாதிரிகளின் சாயல்கள், தாக்கங்களுடன் பல அமைப்புக்களும் நனிநபர்களும் முஸ்லிம் சமூகங்களுக்குள் ஊடுறுவியுள்ளார்கள்.

மத அடிப்படைவாதக் குழுக்கள் அமைதியில் அக்கறை காட்டுவதில்லை. அவை வன்முறை உள்ளடக்கத்தை தீவிரமாகப் பரப்புகின்றன. தாங்களே ஒரே உண்மையான இஸ்லாம் மத விசுவாசிகள் என்று அவர்கள் நம்புகிறார்கள், மற்றவர்கள் அனைவரும் காஃபிர்கள். அடிப்படைவாதிகள் இஸ்லாமிய விரிவாக்கங்களை மிகப் பெரிய மத சாதனை

என்று மகிமைப்படுத்துகிறார்கள். "காஃபிர்களைக் கொல்வதால் ஹூர் - அல் - அய்ன்கள் (அழகிய கன்னிகள்) காத்திருக்கும் சொர்க்கத்தின் வாசல்களைத் திறக்கமுடியும்" என்று நம்புகிறார்கள்.

தீவிரவாதத்தின் பயம் துரதிர்ஷ்டவசமாக இஸ்லாமிய அச்சுறுத்தலுக்கு வழிவகுத்தது. ஆனால், முஸ்லிம்களின் பயம் இரு முனைகள் கொண்ட வாள். இது விடயங்களை மேலும் மோசமாக்கும். இஸ்லாமிய மத அடிப்படைவாதம் மதச்சார்பற்ற சமூகங்களுக்குள் முக்கிய இடத்தைக் காண்கிறது. மதச்சார்பற்ற சமூகங்களின் உளவியல் எளிதில் இஸ்லாமியோபோபியாவுக்கு இடத்தைத் தந்துவிடுகின்றது.

மத தீவிரவாதிகள் இந்த உளவியலையே பிரச்சாரத்துக்கும் துணையாக எடுத்துக் கொள்கின்றனர். முஸ்லிம் சமூகத்தைக் கொக்கி கொண்டு தூண்டுகிறார்கள். அவர்களின் இரை இளைஞர்கள். இதன் விளைவாக, முஸ்லிம் சமூகத்தில் மிகவும் பின்தங்கியவர்கள் அந்தத் தூண்டிலில் அகப்படுகிறார்கள். இஸ்லாமியோபோபியா முஸ்லிம்களை அடிப்படைவாதிகளாக மாற்றுவதிலும் தொழிற்படுகின்றது என்பதே அதன் இன்னொரு முகம். முஸ்லிம் சமூகத்தின் மீதான எந்தவொரு விமர்சனத்தையும், கருதுகோளையும் மேலைத்தேய அரசியல் நிகழ்ச்சி நிரலாகவும், இஸ்லாம் வெறுப்பாகவும் கண்மூடித்தனமாகவும் பார்க்கும் புத்திஜீவிகள் இன்று மலிந்துவிட்டார்கள். சுய விமர்சனமும், அடிப்படையுமற்ற புகார்களின் மீது நின்று கொண்டு மதப்பிரச்சாரகர்களைப் போலவும் அவர்களை விடவும் மோசமாகவும் வெளிப்படும் புத்திஜீவிகள், கற்றவர்களால் மத இறுக்கம் இன்னும் வலுக்கின்றது. முஸ்லிம் சமூகத்திற்கு எதிரான வெறுப்பரசியலைப் போன்றே, ஆதரவான நிலைப்பாடுகளும் பகுத்தறிவற்ற அச்சத்தினால் மட்டும் இயக்கப்படவில்லை மாறாக வெறுப்பை ஊக்குவிக்கும் சமூக, கலாச்சார அல்லது மத சித்தாந்தங்களிலுள்ள நம்பிக்கையினால் இயக்கப்படுகின்றது என்பதே அந்த இருண்ட பக்கம்.

உண்மையில், இங்கு ஒன்று மற்றொன்றை வளர்க்கிறது, ஒன்றால் மற்றொன்று வாழ்கின்றது. இஸ்லாமியோபோபியாவும்

இஸ்லாம் அடிப்படைவாதமும் இரண்டறக் கலந்த நச்சுத் தொடர்பாகிவிட்டிருக்கின்றன. ஒரு தெளிவற்ற சகாப்தத்தை முடிவுக்குக் கொண்டு வரவேண்டிய செயற்பாடும் ஒரு புதிய அறிவூட்டும் அத்தியாயத்தைத் திறக்க உதவும் செயற்பாடும் ஒரு புள்ளியில் இருந்து துவங்கப்படவேண்டியிருப்பதே மிகப்பெரிய சவால்.

10 ஜூன் 2021

பாலின அடையாளங்களில் என்ன முரண்

முதலாவது ஓர்பால் இணையரை நியூயார்க்கில் சந்தித்தேன். ஆர்ட் ஓமை எழுத்தாளர் வாசஸ்தலத்திலிருந்த போது ஒவ்வொரு சனி, ஞாயிறுகளிலும் பதிப்பாசிரியர்கள், எடிட்டர்கள், எழுத்தாளர் - பதிப்பக முகவர்கள், மொழிபெயர்ப்பாளர்கள் என்று விருந்தினர்கள் வந்து கொண்டேயிருப்பார்கள். அவர்களோடு மாலை உணவும் கலந்துரையாடலும் இருக்கும். வாரந்தோறும் வரவுள்ள விருந்தினர்கள் பற்றி முன்கூட்டியே ஈமெயில் அறிவிப்பு வரும். ஆர்ட் ஓமை நிறுவனத்தின் இயக்குநர் டி.டபிள்யூ. கிப்சன் இந்த ஈமெயில்களை அனுப்புவார்.

கிப்சனிடமிருந்து வந்த ஒரு ஈமெயில் இப்படிச் சொல்லியது. "க்ரோவ் அட்லாண்டிக் பதிப்பக (Grove Atlantic) பிரதான ஆசிரியர் பீட்டர் பிளாக்ஸ்டாக் இந்த வார இறுதியில் விருந்தினராக வருகின்றார். அவர் தனது கணவர் டைலருடன் வருவார்."

பீட்டர் ஆண்பால் பெயர் என்றும் டைலர் பெண்பால் பெயர் என்பதாகவும் ஊகித்து, அவர் தனது மனைவி டைலருடன் வருவார் என்பதற்கு - தவறுதலாக கணவருடன் வருவார் என கிப்சன் எழுதிவிட்டார் என்றேதான் உறுதியாக எண்ணியிருந்தேன்.

பீட்டரையும் அவரது இணையர் டைலரையும் சந்தித்த பிற்பாடுதான் அவர்கள் ஓர்பாலினத் தம்பதி என்பதையும் கிப்சன் தவறுதலாக எழுதவில்லை சரியாகவேதான் குறிப்பிட்டுள்ளார் என்றும் புரிந்து கொண்டேன். டைலரைப் பெண்பால் பெயர்

என எண்ணியதும் கிப்சன் தவறுதலாக எழுதிவிட்டார் என எண்ணியதும் தற்செயலாகவோ இயல்பாகவோ எனக்குள் நிகழ்ந்ததென்று நம்பவில்லை. திருநர்களின் உறவு நிலைகளோடு பரிட்சயமற்ற பண்பாட்டின் துரு மூளையில் ஓரமாக ஒட்டியிருந்திருக்கவேண்டும்.

க்ரோவ் (Grove Atlantic) பதிப்பகம் 1947இல் தொடங்கப்பட்டு நியூயோர்க் நகரத்தில் இயங்கும் மிகப் பிரபலமான அமெரிக்கப் பதிப்பகம். பீட்டர் பிரசித்தமான எழுத்தாளர்கள் பலரது நூல்களை "எடிட்டிங்" செய்தவரும் எழுத்தாளரும். புக்கர் பரிசு வென்ற புத்தகங்களின் எடிட்டராகவும், இலக்கியத் திருவிழாக்களில் குயர் சமூகத்திற்கான குரலாகவும் இயங்கிவரும் இவர், சமீபத்தில் நிர்வாக அதிகாரியாகவும், பதிப்பாளராகவும் அதே பதிப்பகத்தில் நியமிக்கப்பட்டார். பீட்டர் தன்னையொரு ஓர்பாலினத்தவராக அடையாளப்படுத்திக் கொண்டு துணிந்து கௌரவமாகச் செயல்படுவதற்கு அவர் வாழும் நாடும் சமூகங்களும் ஒரு தடையாக இல்லை.

இரண்டாவது ஓர்பால் இணையரைத் தாய்லாந்தில் சந்தித்தேன். டேவிட்டும் நொயலும் ஒன்பது வருடங்களை மகிழ்ச்சியாக வாழ்ந்து பத்தாவது ஆண்டுக்கு அன்பும் தோழமையும் நிரம்பிய அவர்களது வாழ்வு நகர்ந்துள்ளது. சமையல் கலையிலும், மூலிகைத் நேநீர் தயாரிப்பதிலும் இருக்கும் ஆர்வத்தையும் திறமையையும் பயன்படுத்தி இருவருமாக உணவகமொன்றை நடத்துகிறார்கள். நல்ல வருமானம், வீடு, வாகனம் என்று சௌகரியமான பரபரப்பில்லாத வாழ்க்கை. எப்போது தோன்றினாலும் உணவகத்தை மூடி விடுமுறை எடுத்துக் கொண்டு பயணிப்பார்களாம். இங்கிலாந்து, அமெரிக்கா, ஆப்பிரிக்கா, டுபாய் - இப்படி நாட்டுக்கு நாடு செய்த உல்லாசப் பயணங்களில் எடுத்துக் கொண்ட ஒளிப்படங்களை அத்தனை மகிழ்ச்சியோடு பகிர்ந்து கொண்டார்கள். ஒவ்வொரு ஒளிப்படத்தைப் பற்றிய கதைகளையும் நினைவுபடுத்தி, ஆளையாள் சீண்டுவதிலிருந்து அவர்களது கொண்டாட்ட மனநிலை அப்பட்டமாகத் தெரிந்தது. தாய்லாந்தில் ஓர்பால் திருமணம் சட்டபூர்வமாகப் பதிவு செய்ய முடியாது. டேவிட் இங்கிலாந்துப் பிரஜை என்பதால் பதிவை அந்த நாட்டில்

செய்து கொண்டிருக்கிறார்கள். தாய்லாந்தில் திருமண வரவேற்பு வைபவத்தை நடத்தி ஆல்பம் தயாரித்திருந்தார்கள்.

அவர்களது அழைப்பை ஏற்றுக் கொண்டு வீட்டுக்குச் சென்றேன். மூன்று அறைகள் கொண்ட மூங்கில் வீடு. பார்த்துப் பார்த்து விருப்பம்போலக் கட்டியிருக்கிறார்கள். முன்திண்ணையில் பஞ்சு மெத்தைகளும் தலையணைகளும். புத்தகங்களும். அவ்வளவு நேர்த்தியாகத் துப்புரவாக இருந்தது. "உடோன்" என்ற பெயரில் செல்லம் கொஞ்ச ஒரு நாய். வாழ்வு குறித்து அவர்களிடம் எந்த முறைப்பாடுகளும் இல்லை. தங்களை ஏற்றுக் கொள்ளாமல் போனவர்களால் எந்த நஷ்டமும் விளையவில்லை என்று வாய்விட்டுச் சிரிக்கிறார்கள். அதிர்ஷ்டவசமாக அவர்களை ஆரம்பத்திலேயே பெற்றோர்கள் ஏற்றுக் கொண்டிருக்கிறார்கள். நீண்ட காலம் மகிழ்ச்சியாக இவர்கள் வாழ்வதைப் பார்த்து அயலவர்களும், ஊர் மக்களும்கூட ஏற்றுக் கொண்டுவிட்டிருக்கலாம் என்று அவர்களின் மென்போக்கிலிருந்து நம்புகிறார்கள்.

சமூகத்துக்குப் பயனுள்ள பல எதிர்காலத் திட்டங்களைக் கைவசம் வைத்திருக்கிறார்கள். சிறார் கல்வி, பெண்களுக்கான தொழில் வாய்ப்பு என்று சில திட்டங்களைச் செயற்படுத்திக் கொண்டுமிருக்கிறார்கள். இதன் வழியாகத்தான் இவர்களை எனக்குச் சந்திக்கக் கிடைத்ததும்.

எல்லாவற்றுக்கும் மேலாக நல்ல மனிதர்களாக இருக்கிறார்கள். திறந்த இயத்துடன் நேர்மையாக அன்பு பாராட்டுகிறார்கள். அவர்களை அவர்களாகவே ஏற்றுக் கொண்டுள்ளோம் என்று உணர்த்தினால்போதும் நம்மை அவ்வளவு நெருங்கமுடிகிறது அவர்களால்.

மிலினா – ஜோ ஓர்பால் பெண் இணையரை நேபாள் நாட்டில் சந்தித்தேன். மெக்சிக்கோ நாட்டவர்களான இவர்கள் என்னுடனான அறிமுகத்திற்குப் பிறகு இலங்கைக்கு வந்து எனது வீட்டில் இரண்டு வாரங்களுக்கும் மேலாகத் தங்கியிருந்தார்கள். மிலினா மருத்துவ துறையில் பயின்றவர். ஆனால் ஒரு நிகழ்த்து கலைஞராகவே தன்னை விரும்புகிறார். உளவளத் துறையில் பட்டமேற்படிப்புப் படித்தவர் ஜோ. இவர் அரச அனுமதி பெற்ற ஒரு

தெரபிஸ்ட். வன்முறைகளினால் பாதிக்கப்பட்டவர்களுக்கான உளஆற்றுப்படுத்தல்கள், பொருளாதார வலுப்படுத்தல் செயற்பாடுகளில் ஆர்வம் கொண்டவர்கள். பல பெண்களின் கல்விக்கும், வாழ்வுக்கும் பல்வேறுபட்ட உதவிகளைச் சொந்த நாட்டிலும் வேறு நாடுகளில் செய்கின்றார்கள். தங்கள் உழைப்பின் பெரும்பகுதியை இதுபோன்ற உதவிகளுக்கே அர்ப்பணிக்கின்றார்கள்.

நம் சமூக அமைப்புக்குள்ளும் ஓர்பாலின உறவாளர்கள் இல்லாமலில்லை. ஆனால் இவர்களைப் போல வெளிப்படையான சமூக வாழ்வை வாழ்வதற்கான இடம் அளிக்கப்படாதபடியால் திரைக்குப் பின்னால் உள்ளார்கள். சமூகப் புறக்கணிப்பினால் ஆக்கபூர்வமான செயற்பாடுகள் எதனிலும் ஈடுபட முடியாமல் முடங்கிப் போயுள்ளார்கள். ஆற்றல்களையும் சமூகத்துக்குப் பயன்படக்கூடிய யோசனைகளையும் தங்களுக்குள்ளே புதைத்துக் கொண்டுள்ளார்கள்.

இலங்கையிலாகட்டும் இந்தியாவிலாகட்டும் எனக்குத் தெரிந்த திருநங்கைகளும், திருநம்பிகளும், ஓர்பாலின உறவாளர்கள், பாலீர்ப்பு அற்றவர்கள் பாடல், ஓவியம், இசை, நடனம், நாடகம், புகைப்படம், குறும்படம், மாடல், இலக்கியம் என கலைத்துறையின் பல தளங்களில் திறன் பெற்றவர்கள். சிறந்த சமூக சிந்தனையாளர்கள். புறக்கணிப்புகளால் அவர்களுக்குரிய வாய்ப்புகள் முற்றிலும் மறுக்கப்படுவதாலும் இவர்கள் சாதாரணமல்ல, இதுவொரு உளவியல் கோளாறு, பைத்திய நிலை என்றவாறு வினோதமாகப் பார்ப்பதாலும் வெளிச்சத்துக்கு வராமலிருக்கிறார்கள்.

பாலினம், பாலீர்ப்பு பற்றி நமது புரிதல்களில் மாற்றங்கள் வர இன்னும் நூற்றாண்டுகள் ஆகலாம் என்று சொல்லிக் கொண்டிராமல் நாம் நேசிக்கத் தொடங்க வேண்டும். யாரையும் எதையும் அவராகவும் அதுவாகவும் எவரெவர் எப்படியோ, எதெது எப்படியோ அப்படியாகவே ஏற்றுக் கொள்வதுதான் மனிதன் என்கிற பகுத்தறிவாளன் அடையக்கூடிய மிகச் சிறந்த நாகரீகம். உடைகளாலும், பொருள்களாலும், பொருளீட்டுதல்களாலும் நாம் நாகரீகமடைந்திருக்கிறோமே தவிர, எண்ணங்களால் இன்னும் நாகரீகமடையவில்லை. மனத்தை நாம் விடுவிக்கவில்லை. மதம்,

கலாசாரம், பண்பாடு, புனிதம் என்ற "லேபல்கள்"களுக்குள் மனத்தைச் சிறைப்பிடித்து வைத்திருக்கிறோம்.

எனது உம்மாவின் வழியில் உறவினர் ஒருவர். இப்போது அவருக்கு நாற்பத்தி ஐந்தோ. ஐம்பதோ வயதிருக்கலாம். திருமணம் ஆகாதவர். அவருக்கு ஏன் திருமணம் ஆகவில்லை என்றால், அவரது குரல் பெண்ணுக்குப் போன்றது. அவரது உடல் மொழி, பேச்சு, சிரிப்பு அத்தனையும் பெண்ணைப் போலவே இருக்கும். ஆண் அணியும் ஆடைக்குள் வாழும் அந்தப் பெண்ணை எப்போதும் யாராவது கேலியும், கிண்டலுமாகப் பேசி பொழுது போக்குவதைப் பார்த்திருக்கிறேன். இதுபோல நாம் எத்தனையோ நபர்களைக் கடந்திருக்கிறோம். அவர்களுக்கும் ஒரு வாழ்விருக்கிறது, அவர்களாலும் ஒரு மூங்கில் வீட்டில் காதல் வாழ்வு வாழலாம் என்று ஏன் நம்ப மறுக்கிறோம்?

அர்ஜென்டினா, சிலி, அமெரிக்கா, ஆஸ்திரேலியா, மற்றும் மேற்கு ஐரோப்பாவில் உள்ள பல நாடுகளில் பொதுமக்கள் மத்தியில் திருநர்கள் பற்றிய மனப்பான்மைகள் மென்மையாக்கப்பட்டுள்ளதாகவும் ஓர்பால் இணையர்களை ஏற்பதாகவும் தெரிகிறது. ஆனால் இந்த மாற்றங்கள் எப்போதும் முழு சமத்துவத்தைக் குறிக்காது. உதாரணமாக, தைவான் நாட்டில், ஓர்பாலின திருமணங்களுக்கு சட்ட அங்கீகாரம் அளிக்கப்பட்டுள்ளது. திருமணத்தைப் பதிவு செய்த ஓர்பால் தம்பதிகளுக்கு முழுத் தத்தெடுப்பு உரிமைகளை வழங்க அரசாங்கம் மறுக்கிறது.

சில நாடுகள் ஓரினச் சேர்க்கை எதிர்ப்பு சட்டங்களை வைத்துள்ளன. சுமார் 69 நாடுகளில் ஓர்பாலின உறவுகள் சட்டவிரோதமாக உள்ளன.

ஓர்பாலின மக்களுக்கான ஆதரவு உலகம் முழுவதும் ஏன் வேறுபடுகிறது என்ற கேள்விக்கான பதில் பொருளாதார அபிவிருத்தி, ஜனநாயகம், மதம் ஆகிய மூன்று காரணிகள் இந்த வேறுபாடுகளுடன் இணைக்கப்பட்டுள்ளதைக் காணலாம்.

ஒரு நாட்டின் பொருளாதாரம் அந்த நாட்டு மக்களின் மனப்பான்மையை வடிவமைக்கிறது, LGBTQIA+ குயர்

சமூக மக்கள் உரிமைகளைப் பற்றியும், அவர்கள் எப்படி உணருகிறார்கள் என்பது உட்பட.

பெரும்பாலும், வறிய/அபிவிருத்தியடையாத நாடுகள் LGBTQIA+ குயர் சமூக மக்களில் குறைந்த ஆதரவைக் கொண்டிருக்கின்றன. ஏனென்றால் இந்த நாடுகளில் கலாச்சார விழுமியங்கள் அடிப்படை உயிர்வாழ்வில் அதிக கவனம் செலுத்துகின்றன.

சுத்தமான நீர், உணவு, வாழிடம், பாதுகாப்பு போன்ற விஷயங்களைப் பற்றி மக்கள் கவலைப்படும்போது சார்பு வலுவான விசுவாசத்தை ஊக்குவிக்கிறது. "பாரம்பரிய" பாலின குடும்ப கட்டமைப்புகள் உட்பட அதன் விதிமுறைகளுக்கான ஆதரவையே இந்த நிலை அதிகரிக்கும்.

இதற்கு மாறாக, செல்வந்த நாடுகளில் வாழும் மக்கள் அதிக பாதுகாப்பைக் கொண்டுள்ளனர். இதன் விளைவாக, தங்களுக்கு ஏற்ற முடிவுகளை எடுப்பதற்கும், சுய வெளிப்பாட்டை நம்புவதற்குமான அவர்களுக்கு சுதந்திரம் அதிகம்.

உண்மையில் செல்வந்த நாட்டவர்கள் அனைவரும் ஓரின உறவுகளை சகித்துக் கொள்ளக்கூடியவர்கள் என்றும் பொருள்கொள்ள முடியாது. ஆனால், தரவுகள் LGBTQIA+ குயர் சமூக மக்கள் ஆதரவைக் காட்டுகின்றன. இதற்கு முக்கிய காரணம் அந்த நாடுகளின் ஜனநாயக நிலை என்று கருதலாம்.

ஜனநாயக நாடுகளில், சமத்துவம், நேர்மை, எதிர்ப்பு தெரிவிக்கும் உரிமை போன்றன அரசாங்கத்தின் கொள்கைகளாகவும் குடியிருப்பாளர்களின் நடவடிக்கைகளின் ஒரு பகுதியாகவும் அமைந்திருப்பதன் விளைவாக ஓரினச் சேர்க்கையும், ஏனைய எல்லாப் பாலின, பாலீர்ப்பு அடையாளங்களையும் ஏற்றுக் கொள்ள அதிக வாய்ப்புகள் உள்ளன.

மேற்கு ஐரோப்பா, குறைந்த அளவிலான மத நம்பிக்கை கொண்டதாகவும் ஓர் பாலின திருமணத்தை சட்டபூர்வமாக்குவதிலும் முன்னணியில் உள்ளது. டென்மார்க், பெல்ஜியம், நோர்வே, ஸ்பெயின், சுவீடன் ஆகியவை அவ்வாறு செய்த முதல் நாடுகளில் அடங்கும்.

இஸ்லாம் மதம், பழமைவாத புராட்டஸ்தாந்து மத நம்பிக்கைகள் பொதுவாக நடைமுறையில் உள்ள சில மத்திய கிழக்குநாடுகளிலும் ஆப்பிரிக்க நாடுகளிலும் LGBTQIA+ குயர் சமூக மக்கள் பற்றிய சகிப்புத்தன்மையற்ற மனப்பான்மை உள்ளது.

ஆப்பிரிக்காவிலும் ஆசியாவிலும் கிட்டத்தட்ட அரைவாசிக்கும் அதிகமான நாடுகளில் ஓரினச் சேர்க்கை சட்டவிரோதமானது. அங்கு 60% முதல் 98% வரை மக்கள், ஆண், பெண் என்ற இரு பாலின அடையாளங்களைத் தவிர்ந்த எதொரு அடையாளத்தையும் மறுப்பவர்களாகவும், மதம் முக்கியமானது என்று கருதுகின்றவர்களாகவுமே உள்ளனர். இந்த எதிர்ப்பானது, விகிதாசார அடிப்படையில் ஓரினச்சேர்க்கை சட்டபூர்வமாக இருக்கும் ஐரோப்பிய நாடுகளின் விகிதாசாரத்தை விட மிக அதிகம்.

பொருளாதார வளர்ச்சி, ஜனநாயகம், மதம் ஆகியவற்றின் அடிப்படையில் நாடுகள் எப்போதும் வேறுபடுகின்றன. இந்த மாற்றங்கள் ஒவ்வொரு தனிநபரின் அணுகுமுறைகளிலும் மாற்றம் செலுத்துகின்றன.

பீட்டர் – டைலர், டேவிட் – நொயல், மிலினா – ஜோ போன்ற இணையர்களை நம் சமூக அமைப்பு ஏன் புறந்தள்ளுகின்றது என்பதற்கு அரசுகளின் கொள்கைகள், பொருளாதார வளர்ச்சி, நாடுகளின் ஜனநாயகம், மதம் போன்ற காரணங்கள் மிகப் பாரியளவில் செல்வாக்குச் செலுத்துகின்றன.

இத்தகைய பின்னணியில் வித்தியாசமான பாலின அடையாளங்கள் கொண்டவர்களும், குயர் சமூகமும் எதிர்கொள்ளக்கூடிய சவால் என்பது இரு மடங்காகின்றது. சமூகத்தின் அணுகுமுறையில் ஆதிக்கம் செலுத்துவதற்கு வலுவற்றவர்களாகவும் உதவியற்றவர்களாகவும் பால்நிலை, பாலீர்ப்பு அடிப்படையில் LGBTQIA+ குயர் சமூக மக்கள் மற்றுமொரு சிறுபான்மைச் சமூகமாக ஒதுக்கப்பட்டுள்ளனர். உரிமைகளைப் பெற்றுக்கொள்ளும் முகமாகவும், தமக்கான சமூக ஏற்பின் மூலம் தமது சுயமரியாதையினை நிலைநாட்டும் முகமாகவும் பல்வேறுபட்ட போராட்ட வடிவங்களை முன்னெடுத்து வரும் LGBTQIA+ குயர் சமூக மக்களுக்கு ஆதரவாக

படைப்பாளர்கள், எழுத்தாளர்கள், ஊடகவியலாளர்கள், சமூகச் செயற்பாட்டாளர்கள், கல்வியலாளர்கள் கரம் கோர்க்க வேண்டும். *LGBTQIA+* குயர் சமூக மக்களின் போராட்ட வடிவங்களை எளிதாக்குபவர்களாக சமூகத்தின் சலுகைகளை ஏதோவொரு அடிப்படையில் பெற்றிருக்கக்கூடியவர்கள் ஒவ்வொருவரும் பொறுப்பேற்கும்போது சமூக அணுகுமுறையிலும் மனப்பாங்கிலும் மென்மையான போக்கிற்கான குறிப்பிடத்தக்க மாற்றத்தை ஏற்படுத்த முடியும்.

இளைஞர்கள் தங்கள் மனநலப் பிரச்சினைகளுக்கு உதவி பெற தயங்குகிறார்கள் என்பதை சமீபத்திய சர்வதேச ஆராய்ச்சிகள் நிரூபிக்கின்றன. மனச்சோர்வு, பதற்றம், பயம் போன்றவற்றை வெளியிடுகின்ற அளவு சுய-தீங்கு விளைவிக்கும் அல்லது தற்கொலை எண்ணம் போன்ற கடுமையான மனநல அறிகுறிகளை வெளிப்படுத்தும் இளைஞர்கள் குறைவு. உதவி நாடுவதும் குறைவு. உதவி-தேடுதலை எளிதாக்கும் காரணிகளை ஆராய்வதை விடவும், மனநல பிரச்சினைகள் உள்ள இளைஞர்களுக்கு உதவி நாடுவதற்கு இருக்கும் தடைகள் குறித்து கவனம் செலுத்த வேண்டியுள்ளது.

பாலின அடையாளம், வேறுபாடு, பாலியல் நோக்கு நிலைகள் பற்றிய குழப்பங்கள், அவற்றைக் குறித்துப் பேசுவதற்கு இருக்கும் களங்கம், பயம், புறக்கணிப்பு போன்ற காரணங்கள் இளைஞர்களின் தற்கொலைகளில் பெருஞ் செல்வாக்குச் செலுத்துகின்றன. தனது சுய அடையாளத்தின் மீது களங்கம் கற்பிக்கப்படும் என்ற அச்சம், ஓரங்கட்டப்படுவோம் என்ற பய உணர்வு மனநல உதவிகள் பெறுவதற்கான வாய்ப்புகள் இருந்தும் அவற்றை நாடுவதற்கு மனத்தடையை ஏற்படுத்துகின்றது. தானொரு திருநங்கை, திருநம்பி என்றோ, ஓர்பாலீர்ப்பு, ஈர்பாலீர்ப்பு, அல்லது பாலீர்ப்பு இல்லை என்றோ அடையாளங்களை வெளிப்படுத்துவதில் உள்ள பயத்தை தற்கொலையில் முடித்துக் கொள்ளும் இளைஞர்களின் மரணத்திற்கு ஏதோவொரு வகையில் நாமும் பொறுப்புதாரர்கள்.

25 ஜூன் 2021

ஹேர் ஸ்டோரிஸ் இணையம்